फूटपायरीचा सम्राट

## विजय तेंडुलकर यांची नाटके

**नाटक**

अशी पाखरे येती
एक हट्टी मुलगी
कमला
कन्यादान
कावळ्यांची शाळा*
कुत्रे
गिधाडे
गृहस्थ*
घरटे अमुचे छान
घाशीराम कोतवाल
चिमणीचं घरं होतं मेणाचं
चिरंजीव सौभाग्यकांक्षिणी
झाला अनंत हनु ंत
त्याची पाचवी***
दंबद्वीपचा मुकाबला
नियतीच्या बैलाला**
पाहिजे जातीचे
फूटपायरीचा सम्राट
बेबी
भल्याकाका
भाऊ मुरारराव
मधल्या भिंती
माणूस नावाचे बेट
मित्राची गोष्ट
मी जिंकलो! मी हरलो!
विठ्ठला
शांतता! कोर्ट चालू आहे
श्रीमंत
सखाराम बाइंडर
सफर**
सरी ग सरी

**एकांकिका**

समग्र एकांकिका : भाग १
समग्र एकांकिका : भाग २
समग्र एकांकिका : भाग ३

**बालवाङ्मय**

इथे बाळं मिळतात
चांभारचौकशीचे नाटक
चिमणा बांधतो बंगला
पाटलाच्या पोरीचं लगीन
बाबा हरवले आहेत
बॉबीची गोष्ट
राजाराणीला घाम हवा

**अनुवादित**

आधे अधुरे
(मूळ लेखक : मोहन राकेश)
तुघलक
(मूळ लेखक : गिरीश कार्नाड)
मी कुमार
(मूळ लेखक : मधु राय)
लिंकन यांचे अखेरचे दिवस
(मूळ लेखक : मार्क फॉन डॉरन)
लोभ नसावा ही विनंती
(मूळ लेखक : जॉन पॅट्रिक)
वासनाचक्र
(मूळ लेखक : टेनेसी विल्यम्स)

---

* 'गृहस्थ'चे पुनर्लेखन : 'कावळ्यांची शाळा'
** ध्वनिफितीच्या रूपानेही प्रकाशित
*** मूळ इंग्रजी : His Fifth Woman (अनु. चंद्रशेखर फणसळकर)

# फूटपायरीचा सम्राट

विजय तेंडुलकर

पॉप्युलर प्रकाशन, मुंबई

फूटपायरीचा सम्राट
(म - ११४१)
पॉप्युलर प्रकाशन
ISBN 978-81-7185-931-3

FOOTPAYARICHA SAMRAT
(Marathi : Play)
Vijay Tendulkar

© २०१८, तनुजा मोहिते

पहिली आवृत्ती : २००७ / १९२९
पुनर्मुद्रण : २०१८ / १९४०

प्रकाशक
हर्ष भटकळ
पॉप्युलर प्रकाशन प्रा. लि.
३०१, महालक्ष्मी चेंबर्स
२२, भुलाभाई देसाई रोड
मुंबई ४०००२६

अक्षरजुळणी
एच. एम. टाइपसेटर्स
११२०, सदाशिव पेठ
विद्याधर अपार्टमेंट्स
निंबाळकर तालीम चौक
पुणे ४११०३०

या नाटकाचे प्रयोग, भाषांतर, चित्रपट दूरदर्शन रूपांतर, व्हीसीडी, डीव्हीडी ई-बुक्स रूपांतर इत्यादी संदर्भातील सर्व हक्क श्रीमती तनुजा मोहिते यांचे स्वाधीन आहेत. परवानगी व परवानगीमूल्य या संदर्भात तनुजा मोहिते, जेड गार्डन आय विंग, १२०४, एमआयजी क्लबमागे गांधीनगर, बीकेसी, वांद्रे (पूर्व) मुंबई ४०००५१
या पत्त्यावर पत्रव्यवहार करावा

या नाटकाचा पहिला प्रयोग दि. १३ मार्च १९७० रोजी शाहीर साबळे आणि पार्टी, मुंबई यांनी सादर केला.

**लेखक** : विजय तेंडुलकर
**संगीत** : शाहीर साबळे
**दिग्दर्शन** : सुहास भालेकर
**कलावंत** : शाहीर साबळे
सुहास भालेकर
शीला नाईक
चंद्रकांत जाधव
दत्ता राणे
राम जामगांवकर

## अंक पहिला

[मुंबईच्या आडभागातली फूटपायरी. मागल्या भिंतीवर फ्रीस्टाइल कुस्त्या, सिनेमे, संप, निवडणुका, प्रवचने अशा अनेक तऱ्हेच्या भित्तिपत्रकांची एक गिचमीड. यातच 'येथे जाहिराती चिकटविणाऱ्यावर कायदेशीर इलाज केला जाईल' या नोटीसचा काही भाग या गिचमिडीआडून डोकावतो आहे.

एका बाजूला पोस्टाची पेटी, फुटकी. पोस्टखाते हिला विसरल्यासारखे वाटते.

वर कुठे तरी म्युनिसिपल दिवा. त्याचाच उजेड रंगमंचावर पडला आहे.

समोर एक बाजले. त्यावर दोघेतिघे बसलेले. हे फूटपायरीचे रहिवासी हे सांगावे लागू नये, असे त्यांचे पोशाख आणि व्यक्तिमत्त्वे. यांत शाहीर, ढोलकीसकट.

पडदा वर जाताच शाहीर वगळून उरलेले दोघे समोर येऊन प्रेक्षकांना अभिवादन करतात, तमाशा पद्धतीने.

शाहीर स्वत:च्याच नादात पाठमोरा बसलेला.]

**दोघांतला एक :** रामराम मंडळी! हा फूटपाथ. याला आम्ही लोक फूटपायरी म्हणतो. पायरी बघा देवळाला असते आणिक माडीलाबी असते. ज्यानं त्यानं आपल्या पायरीनं राहावं असं बापजादे सांगून गेलेत. देवळाची पायरी चढून स्वर्गाला हात पोचतो म्हंतात. माडीची चढून नरकात निघून गेलेलेबी हायेत. कोर्टाचीबी एक असते; ती चढला त्याला दोन्ही भेटत न्हाईत, तो आडकला तारखावर तारखा पडून मधल्या मध्येच. पर स्वर्ग भेटायचा तर आदुगर देव हिते दिलामंदी हवा; येरवी देऊळ आणिक माडी सारखीच. दिलात देव आसंल तर माडीवरच्यांनाबी स्वर्ग भेटतो आणिक तो नसंल तर देवळातलेबी नरकात जात्यात.

तर ही फूटपायरी. हिच्यावर बघा, कंदी बस-लारी भर वेगात चढली तर धा-पाच फटक्याला डायरेक्ट स्वर्ग बघत्यात. पोलिसची किर्पा झाली का लाकपचा नरक ठेवल्याला हाय. आणिक ह्यातलं कोन भेटलं न्हाई तर तारखावर तारखा, तारखावर तारखा पडत हितलं मानूस हित्तंच ऱ्हातंय. या फूटपायरीवर कितीकांचे जल्म झाले, संसार वाढले, पोरं खेळली आणिक मर्तिकंबी निघाली. कंदीमंदी बदलला तो रस्ता पर फूटपायरी ती फूटपायरीच ऱ्हायली, ती बदलली न्हाई. या मोठ्या शहरात ही फूटपायरी माऊली आमच्या सारख्यान्ला नसती, तर आमाला कुटं थारा न्हवता बघा. ही हाय म्हणून हिच्या कडंखांद्यावर आणिक कुशीत आमी हाओत. हिला पागडी न्हाई. भाडं हाय पर झेपंल येवडंच; या भागाचा दादा ते वसूल करतोय. त्यानं या फूटपायरीचे गाळे पाल्डे हाईत. (दाखवीत) हा यवडा ग्यानोबाचा, हा तुक्याचा, ह्यो बगा नाम्याचा, हा आपलाच की सोताचा–हवंशीर हाय चांगला–ह्यो नाथाचा–असं मोजंत जायचं. आमी सम्दं नजिक नजिकच्या गावातलं असतोय. तिकडं मावळात असतोय आमचा गाव. बायकोपोरं गावीच असत्यात. म्हंजी ही आपली योक चाळच म्हणा की. ही भीत. (मागची भिंत दर्शवतो. मग उरलेल्या तीन दिशा दर्शवीत) ह्यो बघा दरवाजा न् व्हरांडा न् खिडक्याबी. सम्दं योकच असतंय हित्तं. न् वर (आभाळ दर्शवीत) छप्पर. चार म्हैने गळतंय पर मोडून पडत न्हाई. न्हाई तर त्या नाक्यावरच्या चाळीचं छप्पर! परवा राती कोसाळलं न् चार ठार पंधरा जखमी झाले. एक तान्हं पोरबी गेलं. देवाघरनं आलं न् आल्यापावली ग्येलं. रिटर्न तिकीट व्हतं त्याचं वाटतंय. झालंच तर शिंगल रूमचे ईस पंचवीस संसार धुळीला मेळाले. केवढा कालवा झाला– बंबबी आले व्हते–उशिरा. त्या ॲम्बुलन्स गाड्याबी घंटी वाजवत आल्या व्हत्या. झोपच उडाली. आमी म्हनलो, चला, आपुन नशिबवान! आपल्या संसाराला असली कसली भ्या न्हाई. मोडतोड, आगडोंब, कसला संभव न्हाई. आलप्रुफ चाळ! देवाला दुवा दिला सर्व्यांनी, या

पायरीवर आणुन ठेवलं म्हून. (वळून पाठमोऱ्या शाहिराला) शाहीर, मंडळी जमल्यात. (तो लक्ष देत नाही.) अवं शाहीर, पब्लिक जमलंय त्यान्ला वाइच काय चांगलं ऐकवू या की.

**शाहीर** : (तसाच) त्यान्ला म्हनावं हितं कोन भिकारी ऱ्हात नसत्यात.

**१** : तसं म्हंतय कोन पर? पब्लिकला काय तरी सुनवू या की.

**शाहीर** : फूटपायरी हाय न्हवं, पब्लिक मोफतचं ऐकून फुडं जाईल. न्हाईतर चारदोन पैसं फेकंल. लई झालं तर पावली. त्यात बी खोटी नाणी गवसत्याल. थेटरात त्यालाच धा-पाच रुपयेबी मोजत्याल ऐटीत. हाय ठावं मला. त्यान्ला वाटतंय, फूटपायरीवरच्यान्ला मोल नसतंय, ते करत्यात ते सम्दं भीक मागन्या पायी. पर आमी भिकारी न्हाईत. आमच्या दिलाच्या मर्जीनं गातो, वाजवतोय आम्ही. कष्ट करून जगतोय.

**१** : (पब्लिकला) शाहीर हाय. पर सदा बिमार असतंय त्यानं डोक्सं जरा गरम हाय. फूटपायरीवरच वाढलं. आय, बा कंदी बघितलाच न्हाई. पर नरड्यात जादू हाय. जरा संबाळुनशान घ्या. (शाहिराला) पब्लिक कबूल हाय, शाहीर.

[शाहीर संशयाने एकदा पाठमोराच पब्लिकला न्याहाळून घेतो आणि ढोलकीसकट उठून पुढे येतो.]

**शाहीर** : काय ऐकवायचं पब्लिकला?

[सुंद्रा येते.]

**सुंद्रा** : (मुरडत) त्या पिच्चरमदलं ते विंग्लिस टुन ऐकीव. मी डान्स करती. (कसे ते दाखवते.)

**शाहीर** : सुंद्रे, आदुगर थांबीव! त्यासाठी हायती शिणिमाथेटरं. तुज्यापरीस लई देखन्या न् फाकडू आवा नाचत्यात तिथं उंची कापडं घालून आन् काडून बी. तुला कोन इच्चारतंय न् मला बी!

**२** : शाहीर, मंग योक टाप कवाली. (शिटी घालतो.)

**१** : व्हय व्हय. कवालीच हून्जावद्या, शाहीर.

[शाहीर दर्दभरी कवाली म्हणतो अस्सल फूटपाथ पद्धतीने. आणखी तिघे चौघे येऊन ऐकत उभे राहतात. दाद देतात.

रंगलेली कवाली मध्येच टाकून शाहीर बाजल्यावर पुन्हा पाठमोरा रागारागाने जाऊन बसतो.]

**२** : (पहिल्याला) आता काय झालं बा?

**१** : शाहीर, काय झालं टकुरं तडकायला?

**३** : शाहीर —

**सुंद्रा** : ए भाड्यांनु, व्हा सायटीला. (पुढे होऊन लाडीकपणे) ग्येना, भाड्या मी हाय न्हवं तुजी लैला. (मुरकते.)

**१** : काय सुधरंना शाहिराचं.

**२** : पब्लिकबी वाट बगतंय.

**१** : शाहीर ऽ–

**२** : काय झालं शाहीर? (पहिल्याला) दिमाग औट झाला परतून.

**१** : शिलिंडर बष्ट हुईल वाटतोय.

**शाहीर** : (धुमसत, पाठमोरा) पब्लिकला केल्याची जाण न्हाई. योक टाइम ऐकून माना डोलवंल, परतून रस्त्यात कुठं भेटलं तर वळखबी देणार न्हाई. गुणांचं चीज न्हाई ह्येंच्या म्होरं.

**१** : पर शाहीर, गुणाचं चीज ह्या पब्लिकम्होरं न्हाई तर काय रानातल्या जानवरांम्होरं असतंय व्हय? इसारभोळं असतंय जराशीक, तरी बी गुण जानतंय ह्ये पब्लिक. त्याबिगर जमलं हाय का तुमचा आवाज ऐकायला? शाहीर, तुमी म्हंता त्ये घेतल्या आणंदाला न् खाल्ल्या मिठाला न जागनारं पब्लिक ह्ये न्हवं. ह्ये इमानदार पब्लिक हाय.

**शाहीर** : मंग जे ह्येच्यापाय मरत्यात, झिजत्यात त्यान्ला इसरून भल-त्यान्लाच डोचकीवर कसं घेतंय हे?

**१** : (पब्लिकला) आली का पंचाईत!

**सुंद्रा** : मी सांगती. (शाहिराजवळ जाऊन लाडीकपणे) कंदीकंदी चूक व्हती मान्साहातनं. मी न्हाई व्हय चुकत? पर माजं लई पिरेम हाय तुज्यावर. पोट मान्साला चुकाय लावतंय. काळजाखाली तेबी हाई न्हवं?

**शाहीर** : पर काळीज काय बी इसरत न्हाई, सुंद्रे. सम्दं याद असतंय त्येला. सम्दं असतंय!

**सुंद्रा** : (डोळ्यांत पाणी आणून मुसमुसत) व्हय, असतंय. तू लई बिमार व्हतास हितंच; तवा कोन तुज्या उशागत दिसरात बसून तुला दवापानी करत हुतं? कमवून आनल्याले सम्दे पैशे तुज्या दव्यासाठी घालवत हुते न् सोता उपाशी ऱ्हात हुते म्या! (रागाने) आनं भाड्या म्हंतोय काळिज इसरत न्हाई. ह्ये इसारलास न्हवं?

**शाहीर** : (गहिवरून) न्हाई न्हाई सुंद्रे, ह्ये इसरंन तर म्या माज्या आयचा न्हवं. कुना ठावं कोन व्हती माजी आय, पर त्या वख्ताला माझी आय तूच झालीस आन् मला नवा जल्म देलास.

**सुंद्री** : (उजळत) व्हय न्हवं? व्हय न्हवं, भाड्या? मंग तसंच ह्ये पब्लिक बी पिरेम करतंय बग...

**शाहीर** : (तडकून) मानूस मराय टेकलं म्हंजी! न्हवं, म्येलं म्हंजी! मंग त्याचे उच्छाव, पुन्यतिथ्या न् जयंत्या करत्यात! सुंद्रे, पब्लिकला म्हनावं, आमच्या पुन्यतिथीला भ्येटा! टा-टा! (पाठ वळवून जोरजोराने ढोलकी बडवीत राहतो.)

[सगळे कुचंबलेले. प्रेक्षकांमागून ललकारी : "आ रहे है... मुंगलेजाजम, अस्मानके मालिक, फूटपायरी के सुल्तान, बम्बय उल्मुल्क, दिल तेरा दिवाना, नायटिन लंडन, राजा और रंक, बेवकुफ शागिर्द, शाहेणशहा तुकाराम म्हाराऽऽऽऽऽज... बाआदब, बा कोनाचा बी, होश्शियार!"

रंगमंचावरचे सगळे एकदम उजळून आणि हरखून प्रेक्षकांमागच्या दिशेला पाहू लागतात. शाहीरदेखील.

आणि शाहिराच्या ढोलकीच्या लयीत, कुबडी टेकीत, लंगडा तुकाराम एकाद्या जातिवंत सम्राटाच्या शाही तोऱ्यात प्रेक्षकांमागून रंगमंचाकडे व रंगमंचावर येतो. पांढरी दाढी वाढलेली. केसांची निगा नाही. झिडपिड्या, खंगलेला. अंगावर मळकी लक्तरे. पण टोपीत मोराचे पीस. मुद्रेवरून आनंद नुसता भरभरून ओसंडतो आहे. रंगमंचावर चढून तुकाराम बाजल्यावर बसतो शाही रुबाबात.]

## अंक दुसरा

**तुक्या** : (तब्बेतीत बसून एक ढेकर देत.) वा. पोट आक्षी भरल्यालं हाय जसं.

**१** : का, काय खाऊन आलास रं तुक्या?

**२** : कोंबडी का बकरं!

**तुक्या** : (सहास्यच) कुठं. काय बी न्हाई. सकाळधरनं रोडका उंदीर बी गावला न्हाई. तसाच हाय की.

**शाहीर** : (गुरगुरत) आन् मंग ढेकर कसला देतूस? म्हणं पोट भरल्यालं हाय.

**तुक्या** : देवाच्यान! आपलं प्वाट बिन खाता बी भरतंय बग... आणंदानं. खुषीनं.

**३** : काय खुटं काम बीम गावलं काय रं तुक्या!

**तुक्या** : ह्याः भलतंच लेकाच्यांनू! धडधाकटान्ला काम मिळंना या देशात आन् मला लंगड्याला कोन देल काम?

**१** : आरं मंग खुशी कशापाय?

**तुक्या** : अशीच.

**२** : अशीच म्हनं!

**तुक्या** : व्हय. देवाच्यान!

**शाहीर** : उगा देवाच्यान खोटं बोलू नगं! काय कारन न्हाई, बीरन न्हाई न् खुश व्हतोस व्हय!

**तुक्या** : हा, देवाच्यान मर्दा! रोजा रामपारी असा झोपंतनं उटतोय... (तसे दाखवतो आळसबिळस देऊन.) तवापास्नंच कसं मस्त वाटाय लागतंय. भारी देखनी असती सकाळ.

**शाहीर** : (तडकून) देखनी असती!

**तुक्या** : द्येवा...

**शाहीर** : गप! म्हनं द्येवाच्यान! मी असतोय झोपल्याला तुझ्या शेजारीच.

डोळं उगडाय नको वाटतंय सकाळचं! योकदम भिक्कार! आयला, आंग काय आंबल्यालं असतंय न् त्या बशी न् टॅक्ष्या काय खडाखडा धडाधडा पळत्यात बाजूनं! योक लाथ हानावी वाटतंय समद्यान्ला!

**तुक्या** : आपल्याला डोळं उगडायच्याबी आदी आपुन हाओत ह्येचंच भारी सुख लागतंय जिवाला. राजावानी वाटतंय, बादशा असल्यावाणी वाटतंय. ओहोहो! आन् मंग जे काय दिसतंय ते सम्दं साजिरं लागतं न् ऐकावं ते मंजूळ वाटतंय बघ! वाटतं की ही दुनिया....

**शाहीर** : आयला, खड्ड्यात का जाईना?

**तुक्या** : ही दुनिया आपली हाय, आपल्यासाठीच हाय. बास! (आनंदाने उचंबळतो आहे.)

**शाहीर** : व्हय! आपल्यावाणी बेघर मानसांसाठी! आपलीच की समदी दुनिया. तर काय!

[उरलेले तिघे जांभया देत जागा झटकून अंथरुणे टाकू लागतात.]

**तुक्या** : न्हवं, त्येबी खरं. मागं सकाळी उगडलं का डोळं त्या सामनेच्या इमल्याकडे वळायचं न् योक शिवीच यायची तोंडात. वाटायचं, आमी सडकंवर जगतोय न् ह्ये राजावाणी ऐषआरामात ऱ्हात्यात्! पर आता न्हाई याचं दुख होत. ध्यानबी न्हाई जात.

**शाहीर** : खुळं कुठलं! तुक्या ल्येका, गुदस्ता योक राती ह्याच फूटपायरीवर लारी चढली न् तुझा पाय ग्येला कापून! मला याद हाय, धसक्यानं जागा हून तूच तुजा पाय उचलून बघत व्हतास! काय समजंना तुला, आपला पाय हातात कसा येतोय? न् मंग योकदम शुध ग्येली तुझी न् इस्पितळात पोचिवला तुला. दोन म्हैनं थतं व्हतास खितपत! तरीबी तुला राजावाणी वाटतंय व्हय?

**तुक्या** : हा, द्येवाच्यान!

**शाहीर** : आरं गाप ये, द्येवाच्यान! उगा आन नगं घिऊ.

**तुक्या** : आरं पर खरं सांगतोय. पाय ग्येला कळलं न्हवं– इस्पितळामंदी

शुद्ध आल्याबराबर-तवापास्नं झालं बग आपलं ह्ये आसं. आपून उपकार मानलं परमेसराचं; म्हनलो बेश झालं द्येवा, पाय ग्येला.

**१** : वा तुक्या! पाय ग्येला ह्ये ब्येसच झालं!!

**शाहीर** : बगा न्हवं! बेस झालं द्येवा योक पाय ग्येला. तू दुसराबी का न्हाई न्येलास? आसं म्हनाला ह्यो!

**१** : जल्माचं लंगडंपन आलं की कर्माला!

**तुक्या** : हा, द्येवाच्या — (आवरून) न्हवं, आन न्हाई घेत! पर तुमी म्हंता आसंच मला बी वाटलं पैल्यांदा. पर मंग डोक्शीत इचार आला, व्हय, पाय ग्येला. पाय ग्येलाच. पर समज ल्येका तुक्या, पाय जर का ऱ्हायला असता न् तूच... ग्येला असतास! ....तर? आयला काय उपेग व्हता पायाचा! व्हय, काय व्हता? म्हनलो, त्यापरीस लई किर्पा क्येली द्येवानं; जिवावरचं पायावर ग्येलं. आपून जगलो! न् भारी सुख झालं बगा जिवाला! भलतंच सुख झालं! हा, द्येवाच्यान्.... न्हाई न्हाई, आन न्हाई घेत! पर योकदम खुष हाओत आपून! आपलाबी विलाज न्हाई याला. (ढेकर देतो.) वा!

**शाहीर** : (तापून) उपासपोटी ढेकर देतंय!

**तुक्या** : देत न्हाई, येतंय. दे....(तोंडावर हात धरतो.) द्येवाचं नाव आन् ढेकर सारखंच येत्यात तोंडामंदी दोस्तांनू, तरी काय करू? काय विलाज चालत न्हाई! आपून खुष हाओत! (मजेत बसून राहतो.) शाहीर, हून्जावद्या योक लावनी!

**शाहीर** : लावनी म्हनाय पोट तट्ट भरल्यालं न् काळीज निवान्त लागतंय. इथं आग लागली हाय आग आतनं!

**तुक्या** : असं? मंग बंब बोलवा!

**शाहीर** : तुला गमज्या वाटतोय तुक्या...

**तुक्या** : द्येवाच्यान न्हाई. योक डाव पाह्यली हुती गड्यांनू, खरी आग लागल्याली! आमच्याच झोपडपट्टीला! पार जळून खाक झाली! आपला संसारबी ग्येला, तान्हं प्वारबी जळून ग्येलं. बायकू

त्या धक्क्यानं झिजून झिजून ग्येली. कापडं फाडत हिंडत हुतो, किती दीस, शुधबी न्हवती. काळजालाच आग लागली व्हती. वाटत व्हतं, असं का? सम्दी दुनिया उरली, आपून जगलो न् आपली दुनिया का जळून राख झाली? (ढेकर देऊन) पर आता न्हाई तरास होत. द्येवाच्यान, कसं मस्त वाटतं!

**शाहीर** : (खवळून) तुक्या!

**तुक्या** : ऱ्हायलं. पर शाहीर, तुझा रागबी... न्हवं, मस्करी न्हवं... लई साजरा वाटतो बग मला!

**शाहीर** : वा!

**तुक्या** : व्हय...

**शाहीर** : ओहोहो!

**तुक्या** : (ढेकर देऊन) योकदम मस्त!

**शाहीर** : तुझा न् माझा बा मस्त!

**तुक्या** : पटलं.

**शाहीर** : आपली आय मस्त!

**तुक्या** : ह्येबी पटलं.

**शाहीर** : काय पटलं?

**तुक्या** : त्याबिगर आपून झालो काय?

**शाहीर** : (ढोलकीवर थाप) काव...काव आन्ला आयला, ह्या तुक्यानं! तुक्या, हसू नगं तुला सांगतू! हसू नगं, हासनं बंद आदुगर!

**सुंद्री** : तुकारामबावा, जरा गुमान ऱ्हा न्हवं.

**तुक्या** : (हसतच) पर आपली खुटं कशाला ना हाय? त्येवडं हसल्याबिगर मातर न्हाई ऱ्हाववनार आपणास्नी. म्हंजी आपून ग्येलो का, तरीबी हसू ऱ्हानार! (वर पहात) आबाळ काय मस्त फुललं हाय! चांदण्यांची फूटपायरीच जनू! पथाऱ्या टाकून समद्या पडल्यात जशा. वा! का हितनंच बेघर वर गेल्यालं जीव असल्याल ह्ये? हात त्येच्या, म्हंजी थितंबी फूटपायरीच ल्येकाच्यांच्या वाट्याला! पर सर्गाची फूटपायरी! सादी न्हवं!

आन् त्यो दादा.... आबाळाच्या मोहल्ल्याचा... गरगरीत फुगल्याला चांदण्यांच्या जिवावर–काय ऐट! काय रुबाब! (ढेकर देऊन) वा! आयला काय डोक्सं पळतंय निस्तं! पर पोलीसदादा खुटं हाय?... (आभाळात शोधतो आहे.) दादा हाय, पर पोलीसदादा...

[सुंद्री फूटपायरीवर आपले चिरगूट टाकते आहे. शाहीर खाटल्यावर बाजूला बसला आहे. पोलीस येतो.]

**पोलीस** : (काठीने बिस्तरे ढोसत.) ए, चल उठाव बिस्तरा. उठाव. फूटपाथ है ये. चलो उठो.

[नाइलाजाने सगळे उठून बाजूला सरतात.]

**तुक्या** : (त्याला पाहून) रामराम हवालदार. तुम्हांलाच शोधत हुतो... वर!

**पोलीस** : वर?

**तुक्या** : हा; तिकडं... (आभाळ दाखवतो.) म्हंजी आबाळ फूटपायरी, चांदण्या बेऽघर आन् त्यो चांदवा–त्यो दादा मोहल्ल्याचा. पर हवालदारदादा कुट्टं सापडत न्हवता. (उत्साहाने त्याच्या पायाशी आडवा लोळून वर बघत) आता जम्लं चित्तार सम्दं! पार आबाळात गेल्यावाणी वाटतं बगा आता तुमी! द्येवाच्यानं!

**पोलीस** : (त्याला काठीने ढोसून) चलो, उठो पैले. लंगडा कहींका.

**सुंद्री** : हवालदार, आज या वक्ती हकडं वाट वाकडी क्येली?

**पोलीस** : फूटपायरी किलियर राखना अपनी डूटीच है.

**शाहीर** : आन् चोर मारत्यात तिकडं खुशाल डल्ले.

**पोलीस** : अपनी परमिशनबिगर? ऐसा होयगाच नही! ये मोहल्लेके सब चोरचिलट और फूटपायरीवाले डरते है अपनेकू.

**तुक्या** : वा!

**पोलीस** : (बाकीचे दोघे तिघे पुन्हा आडवळलेले त्यांना ढोसून) ये, चलो उठो. फूटपाथ है ये. पब्लिक प्रापर्टी नही.

[ते तसेच झोपू पाहातात.]

**तुक्या** : (बाजूलाच खाली बसलेला) ओहोहो!

**पोलीस** : (तापून) ए लंगडे, क्या बकवास? लाकपमे जाने का है क्या?

**तुक्या** : बघू की तोबी योक डाव. ऐकलं हाय आजपत्तर पर कंदी पाह्यलाच न्हाई.

**पोलीस** : आयगा टैम!

**तुक्या** : आणाच. जल्माला आला न् हा तुक्या लाकप न बघता म्येला आसं नगं व्हायला! सम्दं बघितल्यालं बरं! कसं? काय शाहीर? काय ग, सुंद्रे?

**सुंद्री** : (तुक्याला) बावा, गप गुमान व्हा बरं तुमी. (पोलिसाला) जरा ह्येच हाय. मनावर धिऊ नगा.

**पोलीस** : योक टैम छोड दिया है. अगले टैम आदबसे वागणेकू बोलो. फूटपाथ एकदम किलियर मंगता है. सोना नही. (दंडा वाजवीत जाऊ लागतो.)

**तुक्या** : (त्याला एकतानतेने पाहत) वा!

**शाहीर** : (रागाने) वा! काय वा?

**तुक्या** : न्हवं, काय चालतोय गडी! जसा बजबजपुरीचा सेनापतीच!

**शाहीर** : आन् कसा दंडा चालवतोय! कसा गुर्र करतोय! कसा हुसकतोय येकेकाला फूटपायरीवरनं! जशी ह्येच्या काकाचीच विष्टेट ही फूटपायरी!

**तुक्या** : दे टाळी— म्हंजी आपल्याच बाची!

[शाहीर फणकाऱ्याने खाटेवर जाऊन बसतो. पार्श्वभागी 'रेसमोते' आणि 'कुलफीए'च्या अस्पष्ट आरोळ्या आणि बसचे आवाज इफेक्टसाठी]

**तुक्या** : (सरकत येऊन खाटेला टेकून बसून खिशात तमाखूसाठी शोधाशोध करीत) शाहीर!

**शाहीर** : काय? न हासता बोल बग!

**तुक्या** : मंग न्हाईच बोलत.

**शाहीर** : बरं बोल तसाच.

**तुक्या** : फार गोड गातूस बघ. काय गा की.

**शाहीर** : आवाजच उमटत न्हाई.

**तुक्या** : आन् मंग बोलतूस कसा?

**शाहीर** : त्यो राग... फूटपायरी बध्धलचा.

**तुक्या** : कंठ लई ग्वाड हाय बग तुजा. आशा कंठानं राग गिळावा न् त्यातून आनंदाचं आम्रित काडावं.
[शाहीर गातो.]
मस्त गायलास.
[शाहीर झोपण्याची तयारी करू लागतो.]
शाहीर! (हाताला खिशातले एक चिटोरे लागलेले.) चंद्रावर राकीट जानार हाय म्हनं! ही बग, चुरमुऱ्याच्या पुडीच्या कागदात बातमी घावली मगा. चित्तर बी हाय.

**शाहीर** : चंद्रावर राकिटं अलिकडं रोजी जात्यात, गावावरनं यष्टी जावी तशी. आपल्याला नेणार हाय व्हय कोन? आपुन हित्तंच... या फूटपायरीच्या उरावर.

**तुक्या** : पर या खेपंला मान्सं बशिवनार म्हंत्यात. जित्ती मान्सं. न् धाडणार राकीट चंद्रावर डायरेक्ट!

**शाहीर** : मंग मेल्याली मान्सं कशापाय बसवत्याल?

**तुक्या** : तेबी खरंच. पण शाहीर, मान्सं चंद्रावर जानार! सूं... का योकदम चंद्र! आयला, मजा असंल! चंद्रावर!

**शाहीर** : चंद्रावरची मजा चंद्राला लखलाभ.

**तुक्या** : आपल्याला जावं वाटतं. थतं. (चंद्राकडे नजर.)

**शाहीर** : मंग जा... कुबडी टेकून येका ढांगंवर मार उडी!

**तुक्या** : तुक्या जल्माला आला न् चंद्र न बघताच म्येला असं झालं तर त्ये खरं न्हवं. देवाच्यान खरं न्हवं!

**शाहीर** : हुं:! (विषण्ण बसून राहतो.) काय खरं न् काय खोटं. तुक्या ल्येका, आपून हितंच जलमलो न् हितंच मरनार. काय सुटका न्हाई. जानारे जात्यात, चंद्रावर, पार्लमेंटात, मंत्रीबी व्हत्यात कोन, लखपतीबी हून जात्यात, आपून हितनं असा भार लावायचा— (उचल्यासारखे दाखवतो.) ग्येला चला.. परतून आपून हित्तं. (पुन्हा तेच करतो.) ग्येला. भलं झालं बेट्याचं. आपून हित्तंच. तुक्या, ल्येका नको झाली ही फूटपायरी न् हा

जलम बी. आरं काय न्हाईच आपल्यापाशी. फकस्त योक बिस्तरा. त्यो घेऊन आलो, तो ठिवून येक दीस जायचं! (आडवळतो खाटल्यावर.)

[तुक्या खाटेच्या पायथ्याशी येऊन बसलेला.]

**शाहीर** : आरं काय ह्ये औक्ष हाय? नगं झाला बग जलम.

**तुक्या** : मंग चंद्रावर येतुस? (नजर चंद्राकडे.) चंद्रावर जाऊ.

**शाहीर** : (पाहून जर उजळत) जाऊ या गड्या. थितं तरी काय सुख भेटंल.

**तुक्या** : भेटंल, भेटंल. मी दावीन तुला.

**शाहीर** : पण जपून हाक राकीट. काय ॲक्शिडेंट हुईल.

**तुक्या** : काळजी सोड तू. टापमधी सोडतो गाडी. योकदम हितून थेट थित्तंच. चंद्रावर!

**शाहीर** : (कुशी वळत) आला म्हंजी सांग हां का.

**तुक्या** : व्हय तर! झोप तू गुमान. मी हाय. (जांभई देतो मोठी. हळूहळू तोही गाढ झोपतो.)

[लांबवर कुत्र्याची भुंक, मोटारीचे तुरळक हॉर्न वगैरे. ढोलकीची द्रुत लय चालू होते. स्तब्धता. खाड् खाड् बूट वाजवीत सैनिक आणि सेनापती (पोलीस) येतात.]

**सेनापती** : (शोधून. हातच्या तलवारीने ढोसत) हां. उसकू उठाव. (पुन्हा शोधून) और उसकू.

[सैनिक तुक्या आणि शाहिराला उठवून बसवतात.]

**शाहीर** : (उठून झोपाळल्या स्वरात) रामराम हवालदार. आता नगं, उंद्या बगू उंद्या. (पुन्हा झोपू पाहतो.)

**तुक्या** : आला व्हय? चंद्र? आयला लौकर आला!

**सेनापती** : (सैनिकांना) देखते क्या? लेके चलो दोनोको. बिलकुल हलके हैं. वैसेही आदमी महाराज मंगते हैं.

**सैनिक** : (दोघांना उठवीत) ए, चला रे. चलो!

**शाहीर** : पर कुटं? हाय काय ह्ये? आन् ह्यो हवालदार ह्या ड्रेसामंदी...? हवालदार, आमी भाडं भरतोय या फूटपायरीचं.... फुकाट

न्हाई ऱ्हात.... चला खुटं? खुटंबी येनार न्हाई आमी... जावा, सांगा कोन तुमचा वरचा आसंल त्यो, त्याला. हा! काय मोगलाई न्हवं ही, काँग्रेसचं राज हाय!

**सैनिक** : (धरून हातकड्या घालून) चलो हमारे साथ. चलो.

**तुक्या** : आरं पर खुटं?

**सेनापती** : महाराज के सामने. हमारे महाराज!

**शाहीर** : आमी वळखत न्हाई तुमच्या म्हाराजांना!

**१ सैनिक** : सेनापती असत्यात ते. त्यान्ला हवालदार म्हंतुस? वळखत न्हाई व्हय? मंग वळख हुईल!

**२ सैनिक** : राव, बजबजपूर राज्य हाय ह्ये.

**शाहीर** : काय? साफ झूट! ही बाम्बे हाय. ह्यो इंडिया ऊर्फ भारत हाय. तुक्या ल्येका, फशिवत्यात ही आपल्याला! म्हनं बजबजपूर राज्य! ह्यो बग, ह्यो हवालदार!

[सेनापती गरम.]

**१ सैनिक** : बाम्बे ऱ्हायली ट्राम्बेजवळ. तुमी बजबजपूर राज्यामधी उभे हात आणि ह्ये ह्या राज्याचं सेनापती हाईत.

**२ सैनिक** : तुमच्या वजनाची मान्सं हुडकून आनाय म्हाराजांनी आम्हांस्नी पाठवलं हाय.

**३ सैनिक** : चंद्रावर जानेका है.

**शाहीर** : चं-चंद्रावर...?

**२ सैनिक** : या खेपंला मान्सं घेऊन राकिट उडनार चंद्रावर. राकिट रेडी हाय.

**१ सैनिक** : फकस्त हलकी दोन मान्सं पायजे व्हती.

**२ सैनिक** : मापके माप बराबर मान्सं मिळाली.

**३ सैनिक** : योक पौंड जादा कमती न्हाई. दोनीबी हाडांचे सांगाडेच.

**१ सैनिक** : परतुन रडायला कोण बी न्हाई! यकले जीव सदाशिव!

**सेनापती** : चलो!

**तुक्या** : (शाहिराला) काय स्वप्न बिप्न पडतंय काय रं आपल्याला? आयला, खरं चाललो व्हय चंद्रावर आपून?

**शाहीर** : सोडा मला. मी येनार न्हाई! सोडा!

**सेनापती** : चलो. लेकर चलो दोनोंको जल्दी. म्हाराज के सामने.

**तुक्या** : (खेचले जाताना शाहिराला) ह्यो सेनापती आपल्याला पोलीसदादावाणीच वाटतोय बग!

**शाहीर** : मी येनार न्हाई. मी येनार न्हाई!

[दोघांना नेतात खेचत.]

[झोपलेले सगळे उठून आत जातात. आत 'बजबजपुरीच्या महाराजांचा जय असो!' घोषणा. पडदा खाली येतो. महालाचा पडदा. दोघेजण सिंहासन आणून दाणदिशी ठेवतात.]

**दोघांतला एक जण** : (वाकून) हा बघ! (पुन्हा वाकून) त्यो बघ!

**दुसरा** : गावला! (पुन्हा) हानला! टिपला!

**एकजण** : पळाला. भारी ढेकनं झालीत अलीकडं शिंवासणात!

**दुसरा** : किती मारले तरी बी होत्यात. म्हाराजांचं रगात लई ग्वाड! ढेकणान्ला आवडतं.

**एकजण** : या राज्यात माणसंबी गोरऽगरिबांचं रगात पित्यात मंग ढेकणं पित्यात त्यामंदी आश्चर्य काय! लोकं म्हंत्यात, म्हाराजे शिंहासणावर बसत न्हाईत, शिंहासण रगडत्यात.

**दुसरा** : आता, फकस्त ढेकणं माराया योक मंत्री ठेवनार हाईत म्हनं!

**एकजण** : आपुन आइकलं का कमेटी नेमणार हाईत.

**दुसरा** : आरं कमेटी पहानी करण्याकरता आसती. कमेटी पाहून रपोट देणार आन् मंत्री मारनार. व्हय, मारतोय मंत्री, त्येचा हक हाय त्यो!

["बजबजपुरी के महाराज पधार रहे हैं"– आतून ललकारी. दोघे आदब राखून उभे. तेवढ्यातही चपळाईने एक ढेकूण हेरून मारतात. महाराज येतात. हातात वाजता ट्रान्झिस्टर. पाठोपाठ प्रधानजी.]

**महाराज** : (सिंहासनावर बसून ट्रान्झिस्टर बंद करून) परधानजी, राज्याचा बंदोबस्त कसा काय हाय?

**प्रधान** : चतु:शीमांतून शत्रू रोजी आत येतोय पर त्यो भाईर बी आपुन होऊन जातोय. त्याची काय तकलीफ न्हाई. शेजारच्या राज्यातल्या

नकाश्यामंदी आपलं चार मुलुख त्या राज्यामंदी घातल्याले दाखवले हाईत अशी कंप्लेण्ट हाय, पर त्या मुलखांमंदी आपल्या फौजा हाईत का शेजारच्या राज्याच्या फौजा तेची इन्क्वायरी चालू हाय. तेची बी तूर्त तशी काय तकलीफ न्हाई. राज्यामंदी संपमोर्चेदंगे चालूच हाईत पर वर्तमानपत्रांमधी सम्दं आलबेल असल्याची बातमी रोजी छापून येती– आपुनच वेवस्था केली हाय. म्हणून तेची बी तशी चिंता न्हाई.

**महाराज** : आपल्या राकिटसाठी हलकी मान्सं मेळाली? चंद्रावर जाण्यासाठी?

**प्रधान** : शोध चालू हाय. या राज्यात बगावं ते मानूस धष्टपुष्ट हाय त्यामुळं रोडकी मान्सं सापडाय टैम लागतोय.

**महाराज** : टैम लागतोय! टैम कसा लागतोय? रेसन अजून कमती करून टाका. दगडगोटेवाले तांदूळ द्या, पिशी गहू द्या. झालंच जर लाल ज्वारीबी द्या. डायरिया व्हतोय तिनं. प्रजा राकिटला हवी तितकी हलकी रोडकी होइस्तंवर समद्यांचं अन्न कमती करून टाका. जावा.

**प्रधान** : जशी आज्ञा. ते कवाधरनं केल्यालंच हाई. मला वाटतं, यवड्यामंदी रोडकी मान्सं घेऊन आपले सेनापती येत्यालच.

[शाहीर आणि तुक्याला घेऊन सेनापती व सैनिक येतात.]

## अंक तिसरा

**सेनापती** : (सलाम करून) महाराजांचा जय असो!

**महाराज** : (दोघा कैद्यांना पाहून) आयला आन्ली! परधानजी, रोडकी मान्सं! (जाऊन बघतो अगदी जवळून दोघांना.) इयाक रोडकी हाईत- पार पाप्याची पितरं! आमचं राकिट सर्व्यां आदुगर चंद्रावर पोचनार!

**तुक्या** : (नकळत) मंग उडनार कंदी?

**प्रधानजी** : ए, चुपशान बस बरं.

**शाहीर** : आपुन न्हाई बसनार राकीटात! शाप न्हाई! सोडा मला, सांगतोय!

**सेनापती** : ए, गाप न्हाई तर त्वांडाचं राकिट करीन!

**शाहीर** : आरं जा ए शिपुर्ड्या–

**सेनापती** : (संतापून) शिपुर्ड्या?

**शाहीर** : तर? काय सेणापतीचा डगला घातलान् पटका बांधला का सेणापती होतोय व्हय मानूस? साधं कनिष्टेबल कुठलं, गोरगरिबांवर लाठ्या उगारणारं!

**महाराज** : (ओरडून) खामोष!

**तुक्या** : वा!

**महाराज** : कुनाला 'वा' करतूस रं वाळक्या?

**तुक्या** : आपल्यालाच. काय आवाज हाय! मंग ते चंद्राचं कंदी? ते राकीट का जाकीट काय त्ये...

**महाराज** : ते उडंल लौकरच. तय्यार हाय. दोन हलक्या मान्सांसाठी तटलं हुतं. आता मेळाली हाईत, तीबी.

**तुक्या** : इयाक्!

**शाहीर** : आपून त्या राकिटात शिरनार बी न्हाई, सांगतोय!

**सेनापती** : म्हाराज, हा शिंवासनाचा इन्सल्ट–म्हंजी अपमान होतोय!

**शाहीर** : जा ए बकलपट्ट्याच्या...

**सेनापती** : महाराज!

**महाराज** : (ओरडून) खामोष!

**तुक्या** : ओहोहो... (पाहाणाऱ्या सर्वांना) काय नरडं हाय!
[गृहमंत्री प्रवेश करतो.]

**प्रधान** : या ग्रहमंत्री.

**गृहमंत्री** : (प्रवेश करून मुजरा करीत) महाराज, लडाई जिंकली. आपली फत्ते झाली.

**शाहीर** : (तुक्याला) आयला, ह्यो तर आपल्या मोहोल्ल्याचा जगन्यादादा!

**तुक्या** : अक्षी तसाच वाटतोय.

**शाहीर** : आन् मंग ह्ये हाय काय आक्रीत? (गृहमंत्र्याला) रामराम जगन्यादादा...

**गृहमंत्री** : (रागाने फक्त त्यांना पाहून गृहमंत्र्याच्या तोऱ्यात) धा ठार, पस्तीस जखमी झाले. पन्नासान्ला अटक केली हाय. शत्रू धा वाटा पळाला.

**तुक्या** : वा! म्हंजी भलतीच जोरदार लडाई मारली की!

**शाहीर** : दादाची कर्तुक मोठीच, आपल्या.

**महाराज** : परधानजी, ग्रहमंत्र्यान्ला बजबजपुरी विभूषान करन्याची व्यवस्था करा.

**प्रधानजी** : जशी आर्डर. (जातो आत.)

**महाराज** : ग्रहमंत्री, कशापाय झाली ही लडाई? या टैमाला आपला शत्रू कोन होता ते जरा आमाला त्येवडं कळून द्या.

**गृहमंत्री** : शत्रू झोपडपट्टीवाला होता. दोन चार हजार झोपडपट्टीवालं आज हातामंदी झेंडे न् फलक घेऊन बजबजपुरीच्या राजधानीवर चाल करून आले. आमचं सैण्य तेंच्यावर तुटून पल्डं. सैण्याच्या मर्दुमकीच्या लढन्याम्होरं शत्रूच्या बायका-पोरं न म्हातारेकोताऱ्यांचा टिकाव लागला न्हाई आनिक आमचाच जय झाला. स्वसौरक्षनासाठी सैन्याला गोळीबार करावा लागला.

**महाराज** : हे झोपडपट्टीवाले आजकाल भारीच माजले हाईत. आमच्या राज्याचा त्यो शत्रू नंबर योक हाय! पर ग्रहमंत्री, आता आपल्याला

चंद्रावर राकीट उडवायचं हाय. सम्दी तयारी योकदम रेडीमेड झाली आसून फकस्त राकिटला काडी लावन्याचीच खोटी हाय.

**गृहमंत्री** : मंग तेच्यासाठी विरोधी पक्षवाल्यान्ला बोलवा. ते ह्ये काम फसकलास करत्याल. कशालाबी काडी लावून तेचा भडका उडिवन्यात त्यांचा हात धरनारा या राज्यात कोन पन न्हाई– (शिवी दिल्याप्रमाणे) तेच्या आयचे पूत साले...

**शाहीर** : पर आपून राकिटातनं उडन्याला शाप तैयार न्हाईत!

**तुक्या** : आपून हाओत! (शाहिराला) चल रं, तेवडीच जरा मजा.

**शाहीर** : मजा? मजा न्हवं सजा!

**तुक्या** : व्हय, पर सजा म्हंजी फूटपायरीवरल्या जिन्याला तात्पुरती रजा! डोईवर छप्पर व्हातं न्हवं त्येवडा टैम! चल तू. चंद्रावर मजा करू आपून. (डोळा घालून) दोघंच हाओत, काय कुनाला पत्त्या लागनार न्हाई, चल.

**शाहीर** : आरं काय येड का खूळ? आयला काडी लावल्यावर त्ये राकीट का फाकीट जळालं का झाली का आपली चारचिमटी राखुंडी! नगं काय त्याचं... ह्यो, ह्यो जगन्यादादा न् ह्ये बकलपट्ट्याचं!... बग कसे बगत्यात?

**तुक्या** : आरं लारी फूटपायरीवर चडली तरीबी जित्ते व्हायलो! व्हायलो का न्हाई? आपल्याला माराय त्या यमद्येवाची माय व्याली पायजे! चल तू, तुला सांगतू....

**शाहीर** : नगं रं. मला उगा वायफाट गळ घालू नगं...

**महाराज** : (ओरडतात) खामोष!

**तुक्या** : (कानातला मळ काढून फेकीत) वा! बहोत खूब! कान साफ झाला योकदम. महाराज, परतून वरडा! दुसरा कान व्हायला. [सैनिक त्यास जामतात.]

**गृहमंत्री** : (तुक्या-शाहिराला जवळ जाऊन पाहत) हलकंच हाईत!

**शाहीर** : पर जगन्यादादा, तुला भारी हाओत!

**गृहमंत्री** : काय बायकापोरं?

**सेनापती** : कोन दिसली न्हाईत. यकटेच हाईत. हा तर लंगडाच हाई. काय कामधंदा बी करण्याला नालायक!

**गृहमंत्री** : बहोत अच्छे.

**शाहीर** : कोंबडीके बच्चे.

**तुक्या** : (अनावरपणे) मंग कंदी निगायचं राकिटमधी बसून? (शाहिराला) चल तू– मी सांगतूय...

**गृहमंत्री** : मेले तरी कोन रडणार न्हाई. झ्याक मान्सं गावली.

**तुक्या** : मेले तरी? हितं कोन मरतंय?

**गृहमंत्री** : (तुच्छतेने) हुं:! ह्या राकिटात बसनारा जिता परत येनारच न्हाई. ह्ये एक्स्प्रिमेण्टल राकीट हाय. ह्ये जळंल पर हेच्या जोरावर या मागून जे उडंल ते डायरेक्ट चंद्रावर पोचून परत यील. राकीट का जळतं आन् अवकाशात मान्सं कशी मरत्यात ते जानून घेण्याकरताच ह्ये राकीट आमचे शास्त्रज्ञ उडिवनार हाईत!

**तुक्या** : (हबकलेला) काय?

**शाहीर** : आइकलंस?

**तुक्या** : म्हंजी मरन्याकरताच आमाला वर पाठवणार व्हय?

**प्रधान** : तुमी माणवतेच्या कल्यानार्थ मेल्याले वीर हुनार!

**तुक्या** : वा!

**सेनापती** : तुमच्या नावानं साळाकालिजान्ला आन् हापिसान्ला वर्सातून योक दिस सुट्टी म्येळनार!

**तुक्या** : बहोत अच्छे!

**गृहमंत्री** : तुमचं फोटो छापून सम्दीकडं लावणार!

**तुक्या** : ओहोहो. म्हंजी ग्येटावर? ग्येटावर लावनार?

**सेनापती** : लावनार.

**तुक्या** : लावनार का? हाटिलांमधी?

**सेनापती** : लावनार.

**तुक्या** : थितंबी लावनार? क्या बात? सलुनांमदी?

**सेनापती** : लावणार.

**तुक्या** : संडासावर?

**सेनापती** : लावनार, लावनार!

**तुक्या** : लावनार? झ्याक! आन् मुताऱ्यांवर?

**सेनापती** : अर्थात लावनार.

**तुक्या** : अर्थात लावनार! पर आमी न्हाई मरनार! (शाहिराला) चाल गड्या, ह्ये मरन्याचं धंदं नगंत आपल्याला, चाल तू. (इतरांना) रामराम... आमी चालल्ू...(शाहिराला खेचत) चाल तू... चाल आदुगर...

**महाराज** : (ओरडून) खामोष! कोन हाय रे, पकडा या दोघा हरामखोरान्ला आनिक टाका अंधारकोठडीत!

[सैनिक दोघांना घेरतात. शाहीर प्रतिकार करीत राहतो पण दोघांच्याही हातात हातकड्या. सैनिक दोघांना घेऊन जातात.]

सेनापती, बघताय काय? राकिटाकरता नवीन दोन हलकी मान्सं अर्जेंट शोधून आना, जा. कुटं मिळत्यात थितून आना.

[सेनापती मुजरा करून जातो.]

ग्रहमंत्री, आमचं राकीट कंदी उडनार ते ज्योतिष्याला इचारून या. आज राकिटाला मुहूर्त खराब देणाऱ्या त्या भिक्षुकावर राजद्रोहाचा खटला भरून त्याचे हात पाय तोडा.

[गृहमंत्री मुजरा करून जातो.]

परधानजी, धावत जा न् पळत या–धा पैशाची कांदाभजी त्येवडी घेऊन या. आदुगर जा! पळा आदुगर! आन् जाताना ह्ये शिंवासण भी नेऊन आत टाका.

[प्रधान मुजरा करून सिंहासनासकट धापा टाकीत जातो.]

छे छे छे! या राज्यकारभाराच्या मगजमारीत भजी खाण्याला बी टैम न्हाई! सारखी पंचपक्वाण्णं!

(स्वत:ही जातो.)

[सुंद्री 'नर्तिका गजरा' बनून येते, मुरकत मुरकत. बरोबर तिचा चमचा, सखा.]

**सुंदरी** : बाई बाई बाई. रात टळून चालली, चंदरबी आबाळात पदरावाणी

ढळला, तरीबी राया कसं यीनात! सखा, कुठं गेलं असत्याल रं त्ये?

**सखा** : (प्रेक्षकांत पाहण्याचा प्रयत्न करीत) हित्तं काय खुटं दिसंनात बा. (प्रेक्षकांना डोळा घालून) हित्तं असनार खुटं ते. फिरतीची सर्व्हिस हाय न्हवं. जा म्हटलं, जावं लागतं. गेलं न्हाई, डिसमिस! गेलं असत्याल खुटं गावगन्ना. पर आसं ह्या नाजूक तनसडीला सांगून भागतंय काय? काय तळमळती हाय, बगा! (तिला) गजराबाय, येत्याल. जरा दमानं घे.

[सुंदरी तळमळत लावणीवर नाचते. सैनिक प्रमुख येतो. मनगटाला गजरा बांधलेला.]

**सैनिक** : मार्व्हलस! शिम्पली वंडरफुल! फसकलास!

**सुंदरी** : कोन? (लाजून चूर) तुमी व्हय. लई उशीर करून आला जनू.

**सैनिक** : काय करनार. दोन मान्सान्ला अंधारकोठडीत टाकन्याची म्हाराजांची–त्या येड्या पिराची–आर्डर हुती, पर समद्या अंधारकोठड्या चेक केल्या तर फुल! वर याडव्हाण्स बुकिंग बी झाल्यालं.

**सखा** : आन् त्ये कशापाय?

**सैनिक** : आमच्या तुरुंगपरमुखानं– त्यो उलट्या खोपडीचा–त्यानं समद्या जेलांची गेष्ट हाउसं केली हाईत गेल्या योक तारखंपास्नं! राज्याला जादा उत्पन्न पायजेल असं अर्थमंत्री– त्यो दीडमिश्या– म्हनला न्हवं का–त्याबरूबर ह्या उलट्या खोपडीच्याची आर्डर : समद्या जेलांची गेष्ट हौसं करा! आयला योक बी कोठडी खाली न्हाई. त्ये आज पकडल्याले साडंतीन तंगड्याचे घिऊन धा कोस भटकलू.

**सुंदरी** : बाई बाई बाई! आन् मंग?

**सैनिक** : दम! आयला पळून ग्येले तर उंद्या डोक्संच जायचं आपलं. भाईर गल्लीमंदी हुबं क्येलं हाई दोगान्ला. आत घिऊन येतू.

**सखा** : आत्ता?

**सैनिक** : त्येवडीच नजर ऱ्हाईल. आलू. (जातो. घेऊन येतो हातकड्या

घातलेल्या शाहीर आणि तुक्याला.)

**तुक्या** : (गजराला पाहताच) वा. (सैनिकाला) काय कलर हाय!

**सैनिक** : ये, गुमान ऱ्हा दोगांनीबी हित्तं उभं न्हाईतर जीभ छाटून टाकीन! (गजरापाशी येऊन तिच्या हनुवटीस हात लावून) लाडके...

[शाहीर आणि तुक्या पाहताहेत.]

जिवाच्या जिवलगनी, पिर्ये, डारलिंग...

[गजरा हात झटकून–पाहत असलेल्या त्या दोघांना दर्शविते..

**सैनिक** : अगं ते काय करत्यात आपणास्नी? (त्या दोघांकडे जाऊन) ए, त्या तिकडं बघत तसे उभे ऱ्हावा– आयला, बगाचं खुटं तेबी समजत न्हाई!

**शाहीर** : न्हवं, त्ये समजतंय म्हून तर बगतोय.

**सैनिक** : (लाफा उगारून) गपशान ऱ्हावा न्हाईतर निक्काल करीन! माझ्या ताब्यात हात, याद राखा. (गजराकडे जाते.) माय लव्ह, माय इस्पिक हार्ट....

[ती नापसंतीने दूर सरते.]

**शाहीर** : गुळाला गाढवाची काय चव!

**सैनिक** : (अंगावर धावून) ऱ्हाता गुमान की दावू इंगा?

**तुक्या** : काय दावायचं त्ये तिकडं दावा, सरदार! आमाला दावून काय फायदा!

[सैनिक त्यांच्यावर गुरगरत गजराकडे जातो. तिचा हात धरतो. ती सोडवून घेते. तो पुन्हा पुन्हा प्रयत्न करतो पण ती तयार नाही.]

**सखा** : ह्ये ग काय गजरे? आत्ताच तर कासाइशी झाली हुती मालकांपाई न् योकदम ह्ये आसं!

[गजरा 'सर्वांसमोर हात धरू नका, लोक काय म्हणतील?' अशा एखाद्या अर्थाच्या लावणीवर नाचते.]

**सैनिक** : ठीक हाय. ह्या दोघान्ला कोठडीत भरून मगच येतू. (दोघांना) चला रं.

[घेऊन जातो, धक्के मारीत. दुसऱ्या बाजूने गजरा आणि

सखा आत जातात. गेल्या बाजूनेच शाहीर आणि तुक्या येतात. स्टेजवर शाहीर उभा राहतो, तुक्या बसलेला.]

**शाहीर** : काय शाहेनशा, तब्येत खुष हाय न्हवं?

**तुक्या** : या अंधारकोठडीत धा दिस ग्येलं, आजचा अकरावा.

**शाहीर** : आता असंच दिस मोजत ऱ्हायचं– 'शेवटचा दीस' येईपत्तर.

**तुक्या** : काय गंमत हाय, पाय जाऊनबी जगलू तो हित्तं यिऊन पडाय! द्येवाची लीला अगाध हाय!

**शाहीर** : मान्सान्ची बी. तुक्या, ल्येका ही दुनिया द्येवानं तयार क्येली तवा तेच्या हातात जादू हुती जादू. आरं, आबाळाचं रंग बघ, फुलाचं रूप बघ, मुलाचा शब्द आईक, जादू हाय जादू! स्वास घ्यायचं बी ध्यान हरपतं अशी ही दुनिया —हिचं काय केलं मान्सानं! सुखाचा घास भल्या मान्साला म्हाग झाला, मान्साच्या जिवालाच किंमत न्हाई उरली. भलती मान्सं शिरजोर बनली न् या द्येवाच्या सुंदर दुनियेची माती माती झाली बग. राड झाली!

[माणसाने माणसाचे काय केले आहे त्यावरचे गाणे.]

**तुक्या** : द्येवाच्या दुनियेची राड झाली न् तुझ्या कंठात आबाळाचे रंग, फुलाचं रूपडं न मुलाचा सबूद सम्दं लपलंय बग, शाहीर!

**शाहीर** : राग-राग येतू नुसता मान्सांच्या जातीचा!

**तुक्या** : शाहीर, लहान पोराबाळांवर फार रागवून बी उपयोग न्हाई.

**शाहीर** : (रागाने) काय? ही मान्सांची जात तुक्या, ही पोरंबाळं व्हयं? ही पोरंबाळं? दाढीमिशा न् क्यास वाढलेली ही ताडमाड जात! आरं ही कंदी शानी हुनार?

**तुक्या** : शाहीर, यवडं मोठं ते भगवान बुद्ध झालं, महात्मा गांधी झालं, महात्मा जोतिबा फुलेबी झालं, त्ये आपलं महात्मा आंबेडकरबी झालंच– ह्यांनी जीव पाखडला तवा चिरगुटातला डोळं मिटल्याला न् मुठी हलवून रडणारा मानूस जराशीक डोळं किलकिलं करून बघाय लागला बग. आसं अजून कितीक म्हात्मे व्हत्याल आन् जात्याल तवा या मानूस-बाळाचं डोळं

## अंक तिसरा

पुरतं उघडं व्हत्याल, त्ये आपल्या पायावर उबं ऱ्हाईल, पावलं टाकाय लागंल. शाहीर, बाळ वाढतंय पर वाढ फार सलो हाय! त्येच्यावर राग करू न्हाई शाहीर, त्याला सांगत ऱ्हावं, समजवत ऱ्हावं. न्हाई उमागलं तरीबी रागवू न्हाई, नाद सोडू न्हाई. काय?

**शाहीर** : (गहिवरून तुक्याचे पाय धरीत) तुक्या, ल्येका, कवा कवा लाजवतोस बग! येडा वागतूस पर लई शाणा हाईस! लंगडा बाळकिस्न!

**तुक्या** : क्यास पिकल्याला! (हसतो मनमुराद.)
[बाहेरून पहारेदाराची दटावणी. ए, कोन हसता है? चूप बैठो!]

**शाहीर** : पर असं किती दिस ऱ्हायचं रं तुक्या? ह्या अंधेरामंदी?

**तुक्या** : मंग काय करायचं? यातनं सुटकाच न्हाई.

**शाहीर** : पर ह्ये मेल्यावाणी जिणं, तुक्या...

**तुक्या** : मेल्यापरीस बेश. निदान जान तर हाय.

**शाहीर** : (एकदम) तुक्या! या असल्या जिण्यापरीस मरन–मरन बरं! योकदाच काय ते संपून तरी जाईल!

**तुक्या** : आपुन मरणार न्हाई.

**शाहीर** : कंदीबी?

**तुक्या** : जागंपनी तरी न्हाईच. मान्साचा जलम शाहीर, उटसूट मेळत नसतोय. शाहीर, जलम देताना आपल्या आयनं काय यातना काडल्या! उरातलं पाच परान रश्शीवाणी पिळून शाहीर तिनं आपल्याला जलम घेला... त्यो काय उगा मरन्यासाठी? शाप न्हाई! शाहीर, परसंग पल्डा तर हा दुसरा पाय दीन, दोन्ही हातबी दीन, डोळं, कान ग्येले तरी बी हूं का चूं करनार न्हाई... पर जान न्हाई देनार म्या! जिगरजान पिरेम हाय आपलं तेच्यावर. हा!

**शाहीर** : (त्याचे खांदे पकडून) तुक्या, ल्येका का, पर ह्या कोठडीमंदी ऱ्हान्यापरीस भाईर पडाय मेळालं तर आवडंल का न्हाई त्ये

तुला?

[मागे महाराज पहारेकऱ्यासकट येऊन उभे.]

**तुक्या** : पळता येत न्हाई न्हवं मला. लंगडा हाय. तू जा. मी ऱ्हाईन. काळजी नगं करू माझी. समद्यान्ला रामराम सांग, म्हनावं फूटपायरीचा सम्राट सुकरूप हाई.

**शाहीर** : तुला काय वाटलं, पळून जानं हाय व्हय माज्या मनात? न्हाई ल्येका न्हाई. आपुन राजरोस जानार.

**तुक्या** : बरा हाईस न्हवं?

**शाहीर** : म्हाराजासमोर जाऊ आपुन. त्याला सांगू (तसा सांगतो) आमी राकिटनं चंद्रावर जायला तैयार हाओत.

**तुक्या** : म्या न्हाई...

**शाहीर** : न्हवं, तूबी तैयार हाईस माज्यासंग. पर म्हाराज, आमची योक आट हाय! शर्त!

[महाराज बोलू पाहणाऱ्या पहारेकऱ्यास रोखतात.]

**तुक्या** : (महाराजांसारखा) कन्ची आट हाय?

**शाहीर** : उडन्या आदुगर आमी मागतू ते आम्हांस्नी देण्यात यावं.

**तुक्या** : काय देण्यात यावं?

**शाहीर** : योक फसकलास बंगला.

**तुक्या** : घेला.

**शाहीर** : निस्ता न्हवं, एअरकंडिशाण.

**तुक्या** : क्येला.

**शाहीर** : फरणिश!

**तुक्या** : झाला.

**शाहीर** : कार हवी कार. इंपाला.

**तुक्या** : आली.

**शाहीर** : पर डराइव खुटं करता येती? शॉफरबी हवाच.

**तुक्या** : बसला.

**शाहीर** : पर बंगला न् कार आली तरीबी काय तरी कमती हाय.

**तुक्या** : काय कमती हाय?

**शाहीर** : योक–ह्ये हवं...ह्ये.. आपलं... म्हंजी...

**तुक्या** : चारमिनार शिग्रेटचं पाकीट? घ्येलं.

**शाहीर** : न्हवं न्हवं.. पाकीट न्हवं... आपलं त्ये... पा...पा... पाखरू..

**तुक्या** : पाखरू? घ्या, पोपट हाय इरानचा. घ्या.

**शाहीर** : पाखरू म्हंजी... तसलं पाखरू न्हवं... आपलं... कसं सांगावं...

**तुक्या** : मराठीतच सांगा.

**शाहीर** : त्ये, पंखाबिगर फडफडतंय आन् चोचीबिगर डंख मारतंय आन्... उराशी धरलं का किलबिल किलबिल करतंय...

**तुक्या** : त्ये पाखरू!

**शाहीर** : त्ये पाखरू. म्हंजी त्या आपल्या गजरा नाचनारनीवाणी.

**तुक्या** : योक पुरे? का दोन चालत्याल?

**शाहीर** : न्हवं, योक बास हुईल,
[मागे महाराज मागच्या मागे निघून गेलेले. बरोबर पहारेकरी.]

**तुक्या** : योक कसं बास हुईल?

**शाहीर** : न्हवं, येकल्याला काय करायची उगा दोन!

**तुक्या** : तुम्ही येकलेच हात व्हय?

**शाहीर** : व्हय की... (एकदम जाण येऊन) न्हवं न्हवं, दोगं हाओत. दोन पाखरूं लागत्याल.

**तुक्या** : लंगड्याला कशापाय पाखरू? त्याला पीस पुरं! (मोराचे पीस काढून हळुवारपणे टोपीत खोवतो.) तुमी घ्या पाखरू.

**शाहीर** : (अपराधीपणे) म्हंजी तसा न्हवता माज्या बोलण्याचा आर्थ...

**तुक्या** : असला तरीबी काय चुकलं त्यात? आरं, मी ह्यो असा. मला काय करायचं पाखरू न बिखरू? मी आपला ह्या दुनियेचा दुबळा पांगळा वाटसरू, सम्दे करत्याल, आपल्याला बगन्यातच सुख! तुला ह्ये सम्दं हवं न्हवं? ठीक हाय. आपुन जाऊन मागू. घ्येलं तर सोन्याहून पिवळं. न्हाई म्हन्ला तो राजा तर परतून हायच हा राजमहाल हक्काचा! पर शाहीर, राजानं आट पुरी क्येली, मंग?

**शाहीर** : चैन करू ल्येका...

**तुक्या** : आन तेच्या नंतर?

**शाहीर** : नंतर.... (घुटमळतो.)

**तुक्या** : जायचं न्हवं राकिटातनं... त्ये खुटं पोचवील थितं? तू म्हनशील तसं. मी वाटंत येनार न्हाई बग.

**शाहीर** : (एकदम उजळून) आरं ल्येका, ह्ये समदं शिरीमंती जिनं मेळालं आपल्याला, का काय हुईल?

**तुक्या** : काय हुईल? दोन चार रोग व्हत्याल...

**शाहीर** : तसं न्हवं रं! आरं तुक्या ल्येका, चांगलं चुंगलं खाऊन पिऊन आन् आराम जगून आपुन होऊ म्हाराजांसारखं.

**तुक्या** : म्हंजी तसं दुष्ट?

**शाहीर** : तुला ल्येका काय समजतच न्हाई. तसाच तूं! आरं जाडजूड न्हाई काय हुनार आपुन?

**तुक्या** : कसा दिसशील रं तू मंग? आन् म्या?
[मागे पोशाखाची ताटे आणि गजराला घेऊन सैनिक येऊन उभे हारींनी.]

**शाहीर** : आरं ते ऱ्हाव दे, पर मंग आपुन थोडंच हलके ऱ्हानार हाओत? हितल्या ह्या राकिटसाठी ल्येका कशी मान्सं लागत्यात? हलकी! हाडकुळी! म्हून तर आपल्याला धरलं न्हवं का. आपुन लठ्ठ झालू का आपाप आपल्याला सोडावंच लागंल! काय? हाय का न्हाई नामी युगात? द्ये ल्येका टाळी! (हसू लागतो हर्षभराने आणि मागे लक्ष जाताच स्तंभित होऊन मुका.)

**तुक्या** : (पाहून) सप्नात तर न्हाई म्या? (चिमटा काढून बघतो.)

**शाहीर** : (मुष्किलीने बोलतो) आरं.... हाय काय ह्ये? काय हाय हितं? अंधारकोठडी हाय ही. वाट चुकला राव तुमी. हितं आमी ऱ्हातोय.

**सैनिक प्रमुख** : (रागारागाने) ते हाय ठावं. पर म्हाराजांचा हुकूम हाय. ह्ये पोशाख... चढवा. ही... मायला लेकोहो, दुसरी कोन न्हवती व्हय मागून घ्येता येत? आमच्या सुखावर पाय आन्लात त्यो! हीबी तुमचीच. (गजराला पुढे ढकलतो.) बंगला तयार हाय.

कार भाईर हुबी हाय. पोशाख चढवा न् बंगल्यावर चला.
[ते दोघे दगडासारखे स्तब्ध.]
(ओरडून) चलो!
[दोघे खडबडून ताटातले भरजरी पोशाख पाहतात. एकेक करीत चढवू लागतात. गजरा मदत करू लागते. सैनिक प्रमुख चडफडत उभा. दोघे तयार होतात. सगळे पोशाख चुकीचे चढवलेले. सैनिक सलाम करतात. सैनिक प्रमुखसुद्धा नाइलाजाने सलाम करतो. दोघे निघतात. बरोबर गजरा. मागून इतरजण. पडद्यात ढोलकी वाजत राहते. मग शिंगे-तुताऱ्या. सर्व आत जातात.]

## अंक चौथा

[विरुद्ध बाजूने एक मॅनेजर–इंग्लिश हॉटेलातल्या वेटरसारखा दिसणारा – आणि मागून दोघे येतात. शाहीर आणि गजरा. शाहीर मालकाच्या रुबाबात. पोशाख आधल्या अंकाच्या अखेरी घातलेला. गजरा होती तशीच.]

**मॅनेजर** : (खिरिस्ताव उच्चारांनी) असा ये तू, सर. हे तुझा बंगलो.

**शाहीर** : शी शी शी! काय रं, कुणी मराठी शिकिवलं तुला? ये तू, सर? बाजू सर तू आदुगर. ल्येका, मालकाला अरे तुरे करतूस? अवं जावं म्हनायचं आसतंय मालकाला. आन् हे तुजा बंगलो न्हाई, ह्यो आपला बंगला–आसं म्हनायचं.

**मॅनेजर** : सर.

**शाहीर** : गजराबाय—

**गजरा** : (लाजून) बाय कशापाय म्हनावं त्ये? आपलीच तर झाली हाय.

**शाहीर** : गजरे, ह्या खिरिस्ताव सायबाला मराठी शिकीव. त्याला आदुगर उंद्यापास्ने योक मास्तर ठेव. न्हाय तर नगं– प्रोफिसरच ठेव, प्रोफिसर. ती मिळत्यात तिकडं कालिजात. योकाला काय बसतंय बग, आन सुरू कर शिकवनी.

**गजरा** : जी.

**मॅनेजर** : हे हॉल, सर.

**शाहीर** : ह्ये हाल? ठीक हाय. काय गजरा?

**गजरा** : ब्येस हाय की, राजाच्या म्हालावाणी.

**शाहीर** : हित्तं जरा त्ये आपलं – काय बाय करूनशान टाका धा-ईस हजार खर्च करून.

**मॅनेजर** : काउबॉय, सर?

**शाहीर** : न्हवं, त्ये – काय म्हंत्यात त्येला – इंटर डेकोशन. त्येच.

**मॅनेजर** : इंटीरिअर डेकोरेशन, सर?

**शाहीर** : शाणपना नकोय. समजून घ्या न् करून टाका.

**मॅनेजर** : (जरा पुढे जाऊन) फ्रिज, सर.

**शाहीर** : काय झालं? प्लिज कशापाय म्हंताय?

**मॅनेजर** : नॉट प्लिज, फ्रिज – फ्रिज. (दाखवतो.)

**गजरा** : सम्दं थंडगार ऱ्हातंय यामंदी ठेवलं म्हंजी. उन्हाळ्यामंदी बरं वाटतंय जिवाला.

**शाहीर** : तू असल्यावर आणखी कशापाय हवं ह्ये, गजरा? तू असलीस का जिवाला थंडगारच वाटतंय बग.

**गजरा** : (लाजून) चला.

**शाहीर** : चला चला, मॅणीजर, त्ये आपलं त्ये – बेडरुम दावा लौकर आमाला. त्ये हाय न्हवं या बंगल्याला?

**मॅनेजर** : सर, फस कलास! (डोळा घालून बोटे दाखवतो, अंगठ्याला तर्जनी लावून.)

**शाहीर** : व्हय का? आमच्या आदुगर पाह्यलं वाटतं तुमी त्ये? निस्तंच पायलं का....

**मॅनेजर** : (संकोचून खाली पहात) सर.

**शाहीर** : आन त्ये आपलं त्ये ह्ये खुटं हाय?

**मॅनेजर** : सर? बाथरूम? अ‍ॅटॅच्ड टु ईच रूम, सर. दर खोलीला बाथरूम.

**शाहीर** : त्ये न्हवं हो – त्ये – एअरकंडिशाण? त्येबी असतंय न्हवं बंगल्यात?

**गजरा** : असं काय ते? हाय न्हवं. थंड न्हाई व्हय वाटत हितं आल्यापून?

**शाहीर** : त्ये त्यापाय व्हय? (हसून) आयला मी समजतोय, तू हाईस म्हून. पर आपला तुक्या खुटं ऱ्हायला बा? का गाडीतच ऱ्हायला? लई सुखात हाय गडी!

**गजरा** : आपून आत आलू तवा भाईरच होतं त्ये.

**शाहीर** : पर इत्का टैम भाईर काय करतूय? (हाकारत) तुक्या — तुक्या हो — आरं ये तुक्याऽ —

**गजरा** : (आवरून प्रेमाने) असं वरडत नसत्यात बंगल्यात.

**शाहीर** : आन् मंग?

**गजरा** : (काल्पनिक बटन दाबल्यासारखे करते. म्युझिकल बेल वाजते. एक नोकर येतो आदबीने.) बाहर शेठ है उनको अंदर लेके आओ.

[नोकर जातो.]

**शाहीर** : आसं असतंय व्हय ह्ये झेंगट? काय म्हायतीच न्हाई. नशिबाला कंदी यील आसं सप्नात सुदीक वाटलं न्हवतं बग! सुख हाय बग सुख!

[तुक्या येतो. आता हा गंभीर.]

**तुक्या** : हाक मारली व्हय मला?

**शाहीर** : (पाठमोराच आहे तो तुक्याला नोकर समजून) दो चाय लाव! (मग वळून बघतो.) तू व्हय तुक्या! (हसून) मला वाटलं नोकर हाय.

**तुक्या** : म्हन की तसं. त्येच आपलं खरं. रस्त्यावरचं ढोर, त्येला कितीबी झुली चढिवल्या तरी त्येचा नंदी कसा हुनार? टांग्याचं घोडं, धुतलं सजिवलं तरी ठेसनाच्या वाटंनंच धावनार.

**शाहीर** : पर तुक्या, सप्न हाय सप्न बग समदं!

**तुक्या** : ते इसरू नगंस म्हंजी झालं. लौकर संपत्यात ती सपनं म्हंत्यात.

[एक नोकर काल्पनिक ट्रेमध्ये काल्पनिक ड्रिंक्स घेऊन येतो. गजरा देते सर्वांना. नोकर जातो.]

**शाहीर** : ह्या गलासमधनं पित्यात व्हय?

**गजरा** : तर? भारी म्हाग असत्यात ही.

**शाहीर** : वाटतं का ही काचंवरची नक्षी तोंडात जाईल! तुक्या ल्येका, काय चीज हाय. बग! (स्वत: पिऊ लागतो रुचीने.)

**तुक्या** : (अवघडलेला.) हितं कुटं कानतुटका कप मिळंल काय?

**शाहीर** : (मोठ्यांदा हसून) हात् ल्येका, तुजा यळकोट काय ऱ्हाईना! पी, तसाच पी ल्येका.

[टेलिफोनची बेल वाजू लागते.]

काय वाजतंय?

[गजरा जाऊन काल्पनिक टेलिफोन घेते सफाईने. 'रांग लंबर हाय' सांगून खाली ठेवते.]

टेलिफोन व्हय?

[गजरा एकीकडे जाऊन काल्पनिक रेडियोचे बटन फिरवते. रेडियोवर पाश्चात्त्य संगीत लागते. बटन फिरवते. रेडियो बंद.]

आन् रेडियो बी?

**मॅनेजर** : ऑल रेडी, सर. तैय्यार.

**शाहीर** : समजलं. मधी मधी बोलू नगा. वाईट लागतंय त्ये. जावा तुम्ही तुमच्या कामाला आता.

**मॅनेजर** : जेवन कधी पायजे, सर?

**शाहीर** : वाडायला घ्या. भूक लागलीच हाय. त्या अंधारकोठडीत आयला बाजरीच्या भाकरीत दगड आन् आमटीत झुरळं गावत होती. –म्हमईतल्या राइस प्लेटवाणी.

[तुक्या जमिनीवरच बसलेला.]

**तुक्या** : शाहीर —

**शाहीर** : काय?

**तुक्या** : वाइच पान तमाखू हवा हुता बग —

[शाहीर जाऊन काल्पनिक बटने दाबू लागतो. दिव्यांची उघडझाप सुरू होते.

गजरा जाऊन योग्य बटन दाबते. म्युझिकल बेल वाजते.]

**गजरा** : हीच न्हवं हवी हुती? (त्याच्या बोटावर बोट)

[नोकर येऊन उभा.]

**शाहीर** : वाजतीय — पार आत रगतभर वाजती हाय बग!

**तुक्या** : (नोकराला) त्यांचं चालू दे, तू ये हिकडं. काय नाव तुजं?

**नोकर** : बेअरा.

**तुक्या** : बरं नाव न्हाई व्हय सुचलं तुज्या बाला? म्हनं बेअरा! जा, जरा धा लंबर तमाखू न् कात-पानं घिऊन ये ठेल्यावरनं. चुना आनाच इसरू नगं, बघ.

[तो जातो.]

**गजरा** : (तुक्याला) तुमी खाली कशापाय बसला?

**तुक्या** : पायरी वळखून ऱ्हावं मान्सानं.

**गजरा** : असं बरं न्हाई दिसत–धुळीत बसनं.

**तुक्या** : नोकरांम्होरं त्ये मगा काय चाललं हुतं तुमचं दोघांचं, त्ये बरं दिसलं व्हय?

**गजरा** : त्यात काय वंगाळ हुतं?

**तुक्या** : मंग जिच्यातून उपजलो तिच्याच कडंवर बसन्यात काय हाय वाईट? आय असती धरती माता.

**गजरा** : (शाहिराला गाठून) त्यान्ला काय सांगा बरं. बगा कसं फूटपायरीवर बसल्यावाणी बसलेत बंगल्यामंदी.

**शाहीर** : (तुक्याला गाठून) तुक्या ल्येका, काय ह्ये! काय तुला म्यानर्स!

**तुक्या** : (त्याला पाहत) वा! बहोत खूब!

**शाहीर** : वर बस, त्या कोचामंदी.

**तुक्या** : माजं ऐकशील का? शाहीर, त्ये कोच, त्ये समदे आराम, ह्यो बंगला, गाडी न् ही गजरा — सम्दी माया हाय माया. काय बी खरं न्हाई!

**शाहीर** : गजराबी खरी न्हवं व्हय? तुक्या, ऐष आरामानं खूळ लागलंय तुला, खूळ! ल्येका कंदी पाह्यलं न्हवतंस न्हवं ह्ये सम्दं, मंग म्येळणं तर लांबच ऱ्हायलं! नजर फिरली हाय तुजी, अक्कल गरगरली हाय.

**तुक्या** : तुजं मन बोलतू हाईस तू. तुक्या व्हता तिथंच हाई न थितंच ऱ्हानार जाईपत्तर! फूटपायरीचा सम्राट!

**शाहीर** : (गजराला) गजर — व्हय, काय तरी लाडीक नाव घेत्यात न्हवं बंगलेवाले — ह्या तुक्याला ऱ्हाऊ दी हित्तंच. म्या गातू न् तू नाच. त्याबिगर प्वाटातला आनंद मावणार न्हाई बग आत!

[गजरा कबूल होते. पायात चाळ आहेतच. एक नोकर येतो. हाती ढोलके. शाहीर ते घेतो. शाहिराचे गाणे, गजराचा नाच.

मध्ये शाहीर ढोलकी वाजवत राहतो. गजरा नाचत आत गेलेली. ती बाहेर येते ती पाश्चात्त्य पोशाखात. त्या प्रकारचा नाच; फक्त ढोलकीवर. गजरा थकून शाहिराला बिलगते.]

**तुक्या** : (नोकराने आणून दिलेले पान तोंडात आहे. तसाच जमिनीवर बसलेला.) सपला धांगडधिंगा?

**शाहीर** : (रागाने) ह्यो धांगडधिंगा व्हय?

**तुक्या** : (शांतपणे) आपून अडानी मान्सं—

**शाहीर** : आपून न्हवं, तू —

**तुक्या** : जशी तुजी मर्जी. मी अडानी मानूस, दिसतंय त्ये बोलून टाकतूय. मनावर नगा घिऊ.

**शाहीर** : तुक्या, ल्येका, तू बदललास!

**तुक्या** : शाहीर, मी न्हवं, पर तू बदललास!

**शाहीर** : तुज्यासंगं बोलन्यातच आर्थ न्हाई.

**तुक्या** : न्हवं, म्याच कुनासंगं न बोलल्यालं बरं हाय. लावलं त्वांडाला कुलूप! (तसे करतो.) बास?

**शाहीर** : बास तर बास! (गजराला) त्ये फूटपायरीचं वागनं भिनलंय ह्येच्या अंगात त्यानं व्हतंय याचं ह्ये आसं! ईष आसतं ईष त्ये! जहर असतंय. योक डाय ग्येलं रगतात का काय केल्या निगायचं न्हाई. शिरीमंती न् वैभव याला सहन हुईना.

[तुक्या गप्प.]

**गजरा** : जाऊ दी न्हवं. आपुन हाओत न्हवं येकमेकान्ला?

**शाहीर** : व्हय गजर डारलिंग. चाल, आपून ताज म्हाल हाटेलमंदीच चाय घ्यायला जाऊ. ह्याला बसून्दी असा.

**गजरा** : (बेल दाबून, आलेल्या नोकराला) शोफरकू बोलो साब ताजम्हाल हाटेल जा रहे हैं.

[नोकर जातो. येऊन सांगतो – गाडी तयार है। ती दोघे जातात. एकमेकांच्या हातात हात घालून. तुक्या उठून लंगडत दुसरीकडे जातो. तीन खुर्च्या मांडल्या जातात. एक पुढे, दोन मागे. पुढचीत शोफर येऊन बसतो. गजरा आणि शाहीर

काल्पनिक 'कार'मध्ये मागे येऊन बसतात.]

**गजरा** : शोफर, चलो.

[आत ढोलके प्रथम संथ आणि मग द्रुत लयीत वाजू लागते. शोफर गाडी स्टार्ट करतो. दोघे कारची गती आपल्या हालचालींतून दाखवतात.]

**शाहीर** : (शोफरला) ए, आरं हळू ल्येका! म्येला असता न्हवं त्यो भिकारी! आं?

**गजरा** : मंग? वाटंत का आला त्यो? म्येला तर म्येला! बोलून चालून भिकारीच.

**शाहीर** : जीव न्हाई व्हय त्याला?

**गजरा** : अवं आसं काय करताय? मोटारीतल्यांनी चालनाऱ्यांच्या जिवाचा इचार करायचा नसतोय. तसं झालं तर खुटं मोटारनं जायलाच नगं! आन ह्ये-ह्ये असं बोलनं ऐकून शोफर काय म्हणंल?

**शाहीर** : हा गाडीहाक्या व्हय? काय म्हणंल?

**गजरा** : हसंल की तो आपल्याला.

**शाहीर** : आस्सं! ह्यो गाडीहाक्या आपल्याला हासंल! पाठीत लाथ घालून काडून लावू त्येला—

**गजरा** : श्शू! आसं काय करताय! ऐकंल न्हवं? ह्यो गेला तर काय करायचं?

**शाहीर** : दुसरा हाक्या ठेवू. काय मोफतचं काय न्हाई करत न्हवं कोन? पैसं घेत्यात!

**गजरा** : दुसरा मेळणार न्हाई. युनियन असती यांची. योक काडला का दुसरा कोन काम कराय तयार न्हाई होत.

**शाहीर** : म्हंजी ह्ये बरं हाय!

**गजरा** : आन् ह्यो बी कोडतात जाईल, नुसकानभरपाई द्यावी लागंल फुक्कट!

**शाहीर** : पर आपली चूक नसताना?

**गजरा** : त्ये कोन बगतंय. मालकावर कोन पन इस्वास ठ्येवत न्हाई आजकाल.

**शाहीर** : (मध्येच) ए, आरं काय हाय काय ल्येका, गाडी फूटपायरीवर चढली न्हवं! काय कोनाला लागला बिगला न्हाई न्हवं धक्का? थांबव आदुगर. बगू — (उतरू पाहतो.)

**गजरा** : (त्याला बळेच बसवून) कोनाला लागलं तर कारमधून उतरायचं नसतंय.

**शाहीर** : आन मंग?

**गजरा** : तसंच फुडं जायचं. उगा टैम वेष्ट हून चालत नसतोय.

**शाहीर** : पर फूटपायरीवर कशापाय नेली गाडी यानं?

**गजरा** : बगताय न्हवं, रस्त्यात फेरीवालं बसले हायती त्ये?

**शाहीर** : थांबव गाडी. मी सांगतू समद्यान्ला. आयला, गाडीला वाटबी ठेवत न्हाईत म्हंजी? थांबव, म्या उतरतू – ह्यो काय रस्ता हाय का बाजार? फुकाट जीव जाईल अशानं कुनाचा —

**गजरा** : त्ये सम्दं त्यान्ला काय ठावं नसतंय?

**शाहीर** : मंग का उगा रस्ता आडवून बसत्यात?

**गजरा** : मुन्शिपाल्टी उठवत न्हाई म्हून.

**शाहीर** : डायवर, मुन्शिपाल्टीवर घ्ये गाडी.

**गजरा** : त्ये कशापाय? डायवर, ताजम्हाल हाटेल.

**शाहीर** : डायवर, आदुगर मुन्शिपाल्टी!

**गजरा** : डायवर, ताजम्हाल चलो. मुन्शिपाल्टीवर जाऊन काय करनार हात?

**शाहीर** : इच्चारनार, ह्यो काय उलटा मामला? रस्त्यात फेरीवालं बसत्यात, गाड्या फूटपायरीवर चढत्यात! कोन गावलं कारखाली तर परान भरून दील व्हय ही मुन्शिपाल्टी? काय हाय काय बजबजपुरी?

**गजरा** : बराबर. ही बजबजपुरीच हाय. हितं मुन्शिपाल्टीत कुस्तीचं आखाडं चालत्यात.

**शाहीर** : काय! आन मंग नगराचं परश्न खुटं सोडिवत्यात?

**गजरा** : रस्त्यात. सम्दे परश्न हितं रस्त्यातच सुटत्यात.

**शाहीर** : म्हंजी गाडीखाली जात्यात म्हन की! का सुटलाच परश्न!

**गजरा** : मोठ्यांदा बोलू नगा. डायवर हसंल!

**शाहीर** : परतून त्येच! डायवर हसंल! हा कोन टिक्कोजीराव मालकाला हसनारा?

**गजरा** : आलं बगा ताजम्हाल हाटेल. उतरा बरं.

**शाहीर** : (उतरून पाहत) हितं न्हवं. दुसरीकडं आसंल.

**गजरा** : अवं ह्येच.

**शाहीर** : काय! ह्ये धुरकाट कळकाट, येकाद्या मशिदीवाणी — ह्ये— ह्ये ताजम्हाल हाटेल? ह्ये?

**गजरा** : हित्तं समदी बडी मान्सं जेवत्यात खात्यात. नाचत्यात. आन् कोन क्येसंबी कापून घेत्यात. बायाबी.

**शाहीर** : क्येसं कापून घेत्यात? आस्सं. त्याला ब्येसच हाय ही जागा. पर ह्यो — ह्यो ताजम्हाल? म्हंजी त्यो आगऱ्याचा — त्याचं नाव न्हवं ताजम्हाल—

**गजरा** : चला बरं. आतमंदी चला. कोन हसंल!

**शाहीर** : हसंल!!

**गजरा** : श्शू—

[दोघे गोल फिरतात. शाहीर पुढे चालला आहे. गजरा त्याला मागे खेचते.]

**शाहीर** : अख्खिन वर खुटं चाल्ला? हितंच न्हवं का?

**गजरा** : छ्या. हितं क्यासं कापत असत्याल. आपून चाय पिणार न्हवं का?

**शाहीर** : हितंच मेळतोय च्या.

**गजरा** : आरंच्चा!

[दोघे खुर्च्यांची पोजिशन बदलून एके ठिकाणी बसतात.]

**शाहीर** : आज काय हितली लायटंबी गेली हायती वाटतं!

**गजरा** : न्हवं.

**शाहीर** : मंग ह्यो इक्ता काळूख कशापाय? लायटं ग्येली हायती; तुला ठावकी न्हाय.

**गजरा** : अवं न्हाई. असंच आसतंय समद्या उंची हाटेलामंदी आजकाल.

**शाहीर** : काळूख? आन् तो बी दिसाढवळ्या?

**गजरा** : व्हय.

**शाहीर** : का त्यो? चांगलं झ्याक् उज्याड असावा, कसं मस्त वाटतं जिवाला मंग!

**गजरा** : हळू बोला. त्यो पलीकडचा मानूस ऐकतोय.

**शाहीर** : मंग यामंदी काय हाय न ऐकन्याजोगं?

**गजरा** : अलीकडं समद्यान्ला फार लाइट नगं वाटतोय. उन्हं बी अडिवत्यात घराभाईर ह्ये आसं उबं बांध घालून.

**शाहीर** : आन् मुध्ध्याम अंधारात ऱ्हात्यात?

**गजरा** : व्हय. फ्याशन हाय ती.

**शाहीर** : अंधारात ऱ्हान्याची फ्याशन! म्हनून शान समदं कसं खुजं खुरटं वाटत्यात! आयला, आपल्या डोळ्यान्ला तरासच हुतोय या अंधाराचा.

[उंची सुटातच वेटर येतो. उभा राहतो.]

**शाहीर** : (गजराला हळूच) मागं बघू नगं.

**गजरा** : त्ये का. (बघू बघते.)

**शाहीर** : नगं म्हंतूय तर! बघूच नगं तू. जाईल त्यो. योक माणूस हाय. नजर मला बरी वाटत न्हाई. हिकडंच बगतोय. (वाट बघून) जाईना बघ. काय आपून त्येचं घ्येनंबानं असल्यागतच बगतोय.

[वेटर तसाच पाहत उभा.]

(गजराला) तू बगू नगं. मी बगतोय त्येला. (मग वेटरकडे उठून जात) काय? न्हवं, काय हाय म्हंटलं? हिकडं काय बगताय? चांगलं सूटबूटवालं दिसताय आन् ह्यो उद्योग? आं?

**गजरा** : अवं आसं काय करताय. या बरं हित्तं बसा. (वेटरला) सॉरी.

**शाहीर** : सारी. म्हंजी काय वळख दिसती तुमची?

**गजरा** : (ऑर्डर देऊन वेटर गेल्यावर) काय म्हंनावं तुमच्या अडानीपनाला! अवं, वेटर हुता त्यो.

**शाहीर** : कोन? त्यो सूटबूटवाला? (थक्क.) आयला मंग हितं गिऱ्हाईक

आन् वेटरं येगळी वळखत्यात तरी कशी? (बाजूने एक सूटबूटवाला जाऊ लागतो.) ओ, वेटरमहाराज, त्येवडं पिवळा हत्ती शिग्रेटचं पाकीट आन् माचीस आना बरं. योक!

(तो गृहस्थ संतापाने पाहत जातो.) वेटरबी इतके उद्दाम! थोपला बी न्हाई!

**गजरा** : (कपाळाला हात) काय म्हनावं तरी तुमाला!

**शाहीर** : म्हंजी उद्दाम त्यो — वेटर — आन् म्या काय क्येलं आता कळून्दी.

**गजरा** : अवं वेटर न्हवता त्यो. त्यो बडा कारखानदार मानूस हाय, कारखानदार.

[शाहीर थक्क, सुन्न.]

**शाहीर** : (उठत) गजरे आपून परत जावया.

**गजरा** : अवं पर—

**शाहीर** : न्हाई न्हाई, परत जायचं आपून. आयला कारखानदार आन् वेटर सारखं दिसायला लागले म्हंजी....

**गजरा** : फ्याशन हाय.

**शाहीर** : ही बी? आनखी कसली कसली फ्याशन असती? दम. ह्ये कोन...

[सारख्या रंगीत पोशाखातील दोघे जातात. केस सारखेच खुरटे.]

रामलक्ष्मनाचा जोडा सोभतोय बग! आवळंजावळं हाईत! वा!

**गजरा** : वा न्हवं. आवळं न्हाईत आन् जावळंबी न्हाईत. रामलक्ष्मन न्हवं, रामशिता हाईत ती!

[शाहीर नमस्कार घालू लागतो. गजरा त्याला रोखून उभा करते.]

**शाहीर** : राम कुटला आन् शिता कोन इचारन्याची येळ आली म्हन की. मारुतीबी चकंल तर आपलं काय! चल नीग बरं, च्याबी -हाउदी — आपला जीव कोंडला हितं— ठ्येव पन्नास पैसं टेबलावर आन् चल.

**गजरा** : पन्नास? च्याच्या कपाला दीड रुपया पडतोय हितं.

**शाहीर** : काय! च्यामंदी म्हशीचंच दूध आसतंय न्हवं?

**गजरा** : काय इचारनं ह्ये!

**शाहीर** : आन् च्याच्या भुकटीत काय सोनंबानं न्हाई न्हवं मिसळत? ह्या आमच्या नाक्यावरच्या हाटलात धा पैशे शिंगल मिळतोय च्या न् हित्तं दीड रुपया! लूट हाय लूट ही! वर दिवंबी लावंनात पुरेसे! गिऱ्हायकांना लुटून वेटरला सुटं घालाय देत्यात! खुटाय त्यो म्याणिजर हितला? —न्हाई, जाबच इचारतू त्येला—

**गजरा** : आता चलताय का गुमान? न्हाई तर काय! हसत्याल सम्दे!

**शाहीर** : मला? म्हंजी या खुळंवाड्यात मलाच सम्दे हसत्याल?

**गजरा** : ठ्येवा धा रुपये त्या थितं न चला आदुगर —

[दोघे निघून गोल गोल फिरतात.]

चला, आपून समिंदरावर फिराय जाऊ.

[दोघे फिरू लागतात. एकजण येऊन गजराला उद्देशून शिट्टी वाजवू लागतो. हा सरळ सरळ मवाली — मग धक्का मारतो. लगट करतो.]

**शाहीर** : (खवळून त्याचा गळा धरून) का रं ए, भडव्या, काय आय भैन न्हाई व्हय तुला? आ?

**गजरा** : (त्याला गडबडीने दूर खेचीत) श्शू — चला बरं — आदुगर गपशान चला — अवं आसं काय करताय—

**शाहीर** : पर काय म्हून? दिवसाढवळ्या बायमानसाची कळ काडतोय साला! (हात उगारतो.) फोडून टाकतो. ल्येकाच्याचं थोबाड — सोड तू मला — सोड म्हंतोय तर —

**गजरा** : (बळेबळेच त्याला दूर आणते.) मवाली खुटले!

**शाहीर** : कोन? म्या मवाली? आन् त्यो कोन? सोड तू मला. त्येला पक्की अध्धल घडिवतो बग — जल्मभर याद ऱ्हायली पायजे —

**गजरा** : तुम्ही गप व्हा न्हाईतर मी येकली जाईन बगा हितून!

**शाहीर** : झालू, गप झालू. बास? पर या राज्यामंदी बायामानसांच्या आबरूशी ह्ये आसं उघड उघड ख्येळ? आन् कोनच कसं

हानत न्हाई या मान्साच्या वेशातल्या जनावरान्ला?

**गजरा** : हानन्यापरीस दुसरं ठावं काय तुमाला? मवालीच! तर काय!

**शाहीर** : मंग काय करायचं हुतं म्या?

**गजरा** : ध्यान द्यायचं नसतंय अशा गोष्टींकडं.

**शाहीर** : बायकूच्या वाटेला कोन ग्येला तरी बी?

**गजरा** : त्यात काय. तसं होतंय अधनंमधनं. पर आपलं वागनं कल्चर हवं. मारामारी कसली करताय? मैतरणींनी बगतलं माज्या, तर काय म्हणत्याल? शेण घालत्याल त्वांडात! असला कसला म्हंत्याल तुजा नवरा युसलेस!

**शाहीर** : युसलेस!

**गजरा** : व्हय. म्हंजी नालायक.

**शाहीर** : बायकूच्या वाटंला जानाऱ्याची कालर खेचतोय त्यो नालायक आन् तिकडं दुर्लक्ष करून मवाल्यान्ला बायकूशी लगाट करू देतोय त्यो —

**गजरा** : कल्चर. आजकालच्या बायकान्ला असलंच नवरं आवडत्यात.

**शाहीर** : कल्चर!

**गजरा** : व्हय. तरी बरं झालं पोलीस येन्याआदुगर सम्दं झालं —

**शाहीर** : का? काय झालं आसतं पोलीस आला असता तर?

**गजरा** : त्येनं तुमाला धरून न्येलं आसतं.

**शाहीर** : मला? कशापाय त्ये?

**गजरा** : माझी छेड काडल्याबध्धल.

**शाहीर** : काय!!! अग पर नवरा हाय न्हवं मी तुजा! न्हवं, बिनलग्नाचा आसंन, पन हाय न्हवं?

**गजरा** : हितलं पोलिस त्येबी जानत न्हाईत. जो मारतोय त्येला धरून नेत्यात.

**शाहीर** : आन् छेड काडतोय त्येला काय म्हून न्हाई नेणार?

**गजरा** : काय समजंनाच तुमाला. छेड काडतोय त्येला पोलीस आदुगरच सामील आसतोय न्हवं का. बजबजपुरी हाय ही!

**शाहीर** : आरं म्हंजी हाय काय ह्ये! (खिशात हात घालतो.) ग्येलं! माजं

पाकीट मारलं बग त्या भडव्यानं — कालर धरली तेवड्यामंदी ही टिरिक क्येली लेकाच्यानं! हरामखोर!

**गजरा** : आता वरडू नगा, चला गपशान परत घरला — खुळं म्हनत्याला कोन!

**शाहीर** : म्हंजी चोर शिरजोर आन् सावाला बोंबलायची चोरी!

**गजरा** : ह्योच हितला कायदा हाय. चला.

[दोघे फिरून पुन्हा मोटारीत येऊन बसतात. पुढे शोफर. 'कार' सुरू होते. आत ढोलकीची लय.]

**गजरा** : आलं घर. उतरा.

[तिघे उतरून जातात आत. जाताना खुर्च्या दिवाणखान्यातल्या-सारख्या मांडून ठेवतात. तुक्या येऊन बसतो खालीच. शाहीर आणि गजरा येतात.]

**गजरा** : बेअरा! बेअरा! बेअरा!

[कोणी येत नाही.]

ग्येलं तरी खुटं सम्दे नोकर? म्यानीजर!

[तोही येत नाही. मग सगळे काळे झेंडे घेऊन रांगेने येतात.]

हाय काय ह्ये?

**मॅनेजर** : वुई आर ऑन स्ट्राइक!

**नोकर** : आमी संप केला हाय! मालक मुर्दाबाद! मालकाचा धिक्कार असो!

**गजरा** : पर झालं तरी काय?

**मॅनेजर** : इन्सल्ट!

**नोकर** : वाईट वागवनूक! तुकारामबावाला घरातून काढून टाका! मुर्दाबाद!

**शाहीर** : का? काय क्येलं त्यानं तुमचं?

**नोकर** : आमचा अपमान क्येला.

**शाहीर** : व्हय का? म्हंजी काय क्येलं?

**१ नोकर** : आमच्यावर पहारा ठ्येवला.

**२ नोकर** : आमची झडतीबी घेतली.

**३ नोकर** : धाकदपटशाबी दिला.

**सगळे** : आमी चालल्लो! संप झिंदाबाद! मालक मुर्दाबाद!

**शाहीर** : थोपा ए मुर्दाबादीच्यांनू, कोनाच्या परवानगीनं संप करताय तुमी? संप म्हंजी काय जेवान हाय व्हय का कवाबी करावं? आं?

**गजरा** : (त्याला बाजूला घेत) तुमी गप ऱ्हावा — उगा मधी मधी यिऊ नगासा. ह्ये नोकर ग्येलं तर नवं खुटनं मेळत्याल? युनियन हाय त्येंची. (संपवाल्यांना) तुमची मागनी काय हाय?

**सगळे** : तुकारामबावाला घालवून द्या!

**गजरा** : (शाहिराला) घालवून दिऊ या. गत्यंतरच न्हाई.

**शाहीर** : तू गप ऱ्हा जरा. (तुक्याला) तुक्या, काय क्येलंस ह्येचं तू? (तो गप्प.) ए, आरं उचकाट की त्वांड! आमच्यामागं ह्ये उद्येग सुचले व्हय तुला? सुखानं जगलेलं पहावं ना काय तुला?

**गजरा** : तुमी टैम घालवू नगा. त्यान्ला म्हंगावं घरातनं जावा.

**शाहीर** : आरं ए, बोल की.

**गजरा** : बावा, तुम्ही जावा कसं घरातनं.

[तुक्या उठून जाऊ लागतो घरातून.]

**शाहीर** : थोप! (त्याच्यापाशी येतो.) तुक्या, ल्येका, आता तरी बोल!

**तुक्या** : (नाइलाजाने) काय बोलू? आन् कशापाय बोलू? तुला रुचत न्हाई! फूटपायरीचं वागनं भिनलंय माज्या अंगात! ईष भिनलंय! शिरमंती न् वैभव सहन न्हाई होत मला. मी जातू —

**शाहीर** : थोप! तुक्या, ल्येका जोडीनं ह्ये सम्दं मागितलं आपुन —

**तुक्या** : मागितलं तरीबी नशिबात लागतं! माजं नशीब लंगडंच हाय माज्यावाणी. तू ऱ्हा सुखात. मी जातू.

**शाहीर** : पर आमच्या मागं हितं झालं काय त्ये तरी सांगशील?

**तुक्या** : इचार ह्या संपवाल्यान्ला! इचार!

**नोकर** : (सगळे) तुकारामबावा मुर्दाबाद!

**तुक्या** : व्हय व्हय, मुर्दाबाद! चोर साले! लुटेरे! घरफोडे!

**शाहीर** : पर झालं हाय काय?

**तुक्या** : आरं सोनेरी टोळी हाय ही सोनेरी टोळी!

**शाहीर** : काय झालं ते शिद्दा सांग तू —

**तुक्या** : सांगंन. घाबरंन का काय? शाहीर, ल्येका, या घरातली सम्दी चीजवस्तू देखता डोळा लुटत होते हे. घर भरून नेत हुते. मनसोक्त खातपीत चरत हुते. मी म्हनतो, खा लेकाच्यांनू, पोटभर खा, पर मालकाशी इमान ठेवाल का न्हाई? खाल्ल्या मिठाला जागाल का न्हाई? तुज्यामागं तुज्याबध्धल काय बोलत हुते इचार! इच्चार त्यान्ला! म्हनत हुते, गाडाव हाय गाडाव लंबरी! आन् हसत हुते फिदीफिदी. आनखीबी म्हनत हुते – का मालकाची बाई म्हंजी गावाची सोय ठरनार!

**गजरा** : तुमी गप व्हा तुकारामबावा —

**तुक्या** : का गप होऊ? गपच तर हुतो न्हवं इत्के दीस? बगत हुतो सम्दं — तोंडाला टाळं घालून — या हित्तं जमली होती सबा या चोरांची — माझीबी खिल्ली उडवत हुते — मी आइकलं. मी म्हनतू मी तर येडाबगडाच हाय पर माझ्या शाहिराबध्धल ह्ये बोलनं? हटकलं जाऊन! समद्यांच्या झडत्या घेतल्या, हिसाब घेतला आन् मुद्देमालासकट दिले चोर दाखवून! तवा म्हनाले संप करू! बहिष्कार टाकू! म्हनलो, करा, करा – काय करता त्ये करून घ्या. बापाला बधत न्हाई तुमच्या! जिथं खात्यात थितं घान करत्यात भडवे! ही कसली मान्सांची जात? ही कोल्ही कुत्री! संप करू म्हनं! संप म्हंजी काय आपल्या अंगचुकारपनावर, लूटमारीवर आन् बेइमानीवर पांघरून घालण्याची युगात वाटली व्हय यान्ला? संप हत्यार हाय हत्यार, न्यायासाठी झगडन्याचं! ज्याचं इमान ताठ हाय त्येच्याच हाती ते शोभतं. आदुगर अन्नदात्याचं हित आन् मंग आपलं बी हित. तेबी झालंच पायजेल. हक हाय त्यो आपला. पर कवा? आपलं हात सवच्छ असत्याल तर!

**नोकर** : (सर्व) मुर्दाबाद! घालवून द्या!

**तुक्या** : आरं व्हय, व्हय. जातोय मी बी. पर शाहीर, नीट नजर ठ्येव ह्येंच्यावर! घरबुडवे हाईत ह्ये, बेइमान हाईत! (जाऊ लागतो.)

तुझी शिरमंती लाभूंदी तुला!

**गजरा** : (नोकरांना) झाल्या चुकीबध्धल मी तुमची माफी मागती, पदर पसरती, पर संप मागं घ्या.

[बेलिफसारखा माणूस येतो.]

**माणूस** : शाहीर आबा देवरे कोन हाय?

**शाहीर** : म्याच. काय हाय.

**माणूस** : ह्यावर सही करा.

[शाहीर अंगठा देतो.]

**शाहीर** : पर ह्ये हाय काय? काय हाय ह्ये?

**गजरा** : समण्स हाय इन्कमटॅक्षचं.

**शाहीर** : काय?

**गजरा** : अवं, मोट्या पैसंवाल्या लोकांवर कर बशिवलाय न्हवं, त्योच ह्यो–

**शाहीर** : (माणूस हाती देतो तो कागद परत त्याच्याच हाती देऊन) वाचा बरं काय हाय.

**माणूस** : (वाचून) ही सम्दी विष्टेट कनचा धंदा-उद्देग करून मेळवली तुमी, त्ये इच्चारलंय — धा दिसाच्या आत! गेल्या आठ वर्सांचा तुमच्यावर धा लक्ष कर बशिवला हाय. त्यो भरला न्हाई तर विष्टेट जप्त करण्यात यील आन् तुमाला बी जेलात टाकन्यात यील.

[शाहीर सुन्न.]

**शाहीर** : धा — लक्ष? विष्टेट जप्त? आन परतुन जेलात? त्या—त्या अंधारकोठडीमधी? पर विष्टेट सरकारनं दिल्याली हाय ही आमाला — हा — आन् म्हाराजांच्या हुकमानं ऱ्हातूय आमी हितं. आमाला कोन काय करतं बगतूच!

**माणूस** : त्येचा काय उपेग व्हनार न्हाई.

**शाहीर** : आन् त्यो का?

**माणूस** : राव बजबजपुरी हाय ही. हितं म्हाराजांनाबी कोन इचारत न्हाई!

**शाहीर** : काय!! (थक्क. मग घाबरलेला.) तुक्या — (तुक्याचा हात

अंक चौथा ४७

जाऊन धरतो.) चल जाऊ या मैतरा हितून कुटं बी. शिरीमंतीचंबी या बजबजपुरीत काय खरं न्हवं बग. ह्ये आपलं काम न्हवं, शाप न्हवं! रामराम ह्या लुळ्यापांगळ्या शिरीमंतीला, आपली धट्टीकट्टी गरिबीच बरी! चाल — हितनं वाट फुटंल तिकडं जाऊ —

[त्याला घेऊन निघतो. तोच ट्रान्झिस्टरसकट महाराजांचे आगमन. मागून प्रधान आणि सैनिक प्रमुख.]

**महाराज** : (आडवून) खुटं चाललात?

**शाहीर** : (पाय धरून थरथरत) म्हाराज, आमची हौस भागली सम्दी.

**महाराज** : भागली? आल राइट! परधानजी, यान्ला योकदम अर्जंट राकिटमधी टाकून चंद्रावर पाठिवन्याची तैय्यारी करा!

**शाहीर** : (भयभीत) च - च - च - च —

[दोघेही केविलवाणे. सैनिक शाहिराला आणि तुक्याला घेऊन जातात. महाराज-प्रधानजी जातात. गजरा सैनिकप्रमुखाला बिलगते. दोघे जातात. संपवाले नोकर फक्त रांगेने काळे झेंडे घेऊन उभे. मग तेही रांगेनेच आत जातात. जाताना रंगमंचावरच्या खुर्च्या घेऊन जातात.

अंधार होतो.

शाहीराच्या 'तुक्या–', 'तुक्या–', 'कुठे हाईस तू तुक्या?', 'वाचवा!', 'मला वाचवा!' अशा डेस्परेट हाका ऐकू येतात. मग उजेड होतो.

फूटपायरी. रंगमंचावर अगदी आरंभीच्या गोष्टींतल्या जमतील त्या गोष्टी आणि तुक्या आणि शाहिराचे बिछाने.

उभा शाहीर उभ्या तुक्याला घट्ट पकडून, 'मला चंद्रावर जायचं न्हाई', 'मला चंद्रावर जायचं न्हाई,' ओरडतो आहे.

सुंद्री आतून 'काय झालं?', 'काय झालं?' विचारत धावत येते.]

**सुंद्री** : (शाहिराला) काय झालं वं? का वराडताय?

**तुक्या** : (शाहिराला) आरं गाप् मर्दा. तू पिर्थवीवरच हाईस. कोन

न्हाई तुला चंद्रावर पाठवत. गाप्.

**सुंद्री** : काय झालं?

**तुक्या** : काय म्हाईत? झोपंत वरडत उठला न् मला धरलं. सपान पल्डं आसंल. शाहीर, आरं कोन आपल्याला चंद्रावर नेतंय? आपला जनम हितं आणि मरानबी हित्तंच— या फूटपायरीवर. त्यो बघ चंद्र—(दाखवतो.) तो तिकडं आभाळात न्हायला. त्याची ती फूटपायरी न् आपली ही. तो आपल्या फूटपायरीवर कंदी यील काय? न्हाई. तसे आपुनबी हित्तंच असणार. फूटपायरीचे सम्राट. चाल झोप बरं गुमान. पुन्हा वराडलास तर पोलीस यील आणि फुकाट आत घालंल. (त्याला झोपवतो. स्वत: शेजारच्या बिछान्यात बसतो.) जा, झोप तू सुंद्रे.

[ती जाते.]

**तुक्या** : (गुडघे पोटाशी घेऊन बसलेला. सगळे निवान्त झाल्यावर प्रेक्षकांना) मंडळी, खेळ सप्ला. पण मला झोपता येत न्हाई. मध्यरात्र हाय. शहरातल्या पार्ट्या संपत आल्या असत्याल. ते डिस्को का फिस्को चालू असतील. नशा करून गाडी चालवणारे बडे बापके बेटे गाड्या घेऊन सुटतील. फूटपायरीवरच्या माणसान्ला जागं न्हायला हवं. (थांबून) न्हाईतर डायरेक्ट (वर बोट आकाशाकडे) चंद्रावर रवानगी

[क्रमशः अंधार]

www.ingramcontent.com/pod-product-compliance
Lightning Source LLC
Chambersburg PA
CBHW061944060825
30572CB00055B/427
* 9 7 8 8 1 7 1 8 5 9 3 1 3 *